HỒI KÝ
PHẠM TRỌNG SÁCH

**Hồi ký
Phạm Trọng Sách**

Bìa: Uyên Nguyên Trà Triết
Dàn trang: Đỗ Huỳnh Đăng Ngọc
Nhân Ảnh xuất bản 2024
ISBN: 979-8-8691-8838-0

HỒI KÝ

PHẠM TRỌNG SẠCH

NHÂN ẢNH
2024

VÀI CẢM NHẬN SAU KHI ĐỌC HỒI KÝ PHẠM TRỌNG SÁCH

Hồi Ký là một thể loại được cho là vừa dễ, vừa khó viết. Dễ vì tư liệu sống có sẵn. Những sự việc đã xảy ra được kể lại bằng chữ viết thay vì lời nói, không cần hư cấu. Khó vì phải giữ tính trung thực của mọi sự việc, không che giấu cũng không phóng đại. Đây là tinh thần chính yếu của hồi ký.

Tác phẩm của tác giả Phạm Trọng Sách, gần như là một tự truyện vừa của chính tác giả vừa của bất cứ người nào đã trải qua giai đoạn mất nước vào cuối tháng 4-75 cùng hậu quả kéo dài đầy bi quan sau đó.

Tác giả chia tác phẩm thành bốn phần: **Cuối Đường**, **Ngục Tù**, **Ta Về**, và **Ga Cuối Cuộc Đời**.

Tác giả không dùng đại-từ-nhân-xưngngôi-số-ít "tôi" để kể chuyện, ông dựng một nhân vật có tên gọi, để quan sát, cảm nhận, suy nghĩ và mô tả từng hoàn cảnh, từng thời kỳ xã hội trong đó có chính ông hít thở và mục kích cũng như chịu đựng.

- **Cuối Đường** là chuỗi năm tháng sau khi quân Bắc Việt bất ngờ xâm chiếm được miền Nam mà không cần phải chạm trán với một quân đội thiện chiến hơn. Sự chiến thắng của Cộng sản Việt Nam một phần nhờ ở sự nhầm lẫn của quần chúng miền Nam, một số không ít, chưa rõ đâu là chính nghĩa, thế nào là tự do. Ngay một số tự nhận là trí thức cũng bị ru ngủ, mãi cho đến khi kịp hiểu ra cũng không đủ can đảm nhìn nhận sai lầm của mình, vì sĩ diện trí thức hão. Trong phần này, tác giả mô tả những cảnh đời bỗng nhiên thành cùng cực. Ông viết khá tỉ mỉ và chính xác, sẽ không xa lạ, làm ngạc nhiên với những ai từng bị sống trong giai đoạn đen tối như "đáy địa ngục" này.

- **Ngục Tù** là sự tất yếu của **Cuối Đường**, theo nhận định chính xác của tác giả. Được biết ông tên thật Phạm Trọng Sách, sinh năm 1939 tại Hưng Yên, Bắc Việt, di cư vào Nam, cựu học sinh Chu Văn An, là Sĩ quan thuộc quân lực Việt Nam Cộng Hòa, xuất thân từ Võ Bị Đà Lạt khóa 18. Với cụ thể lý lịch "Ngụy" nặng ký như thế, ông lãnh 10 năm tù là chuyện không lạ trong chủ trương trả thù và tiêu diệt "chế độ cũ" một cách có kế hoạch của Cộng Sản. Chuyện lao động "khổ sai" được chuyển thành "vinh quang" là sáng kiến tâm đắc của bộ máy cai trị mới cho toàn đất nước, khi bỗng nhiên được hưởng lợi thống nhất. Bởi đều là chuyện có thật và giống nhau cho mọi trại giam nhưng dùng mỹ từ "trại học tập" để lừa bịp, trốn tránh sự lên án của thế giới. Vì chính sách trả thù giống nhau, nên những sự hành xác, cách trừng phạt cũng như cảnh thăm nuôi, ông viết ra không khác nhiều với những tác phẩm đã có. Không hư cấu mà tưởng chừng như hư cấu. Sự vô nhân tính của một chính sách học theo ngoại bang, được áp dụng càng nặng tay và tinh vi hơn bởi những mặc cảm thua kém không thể chối bỏ, từ học vấn, kiến thức, đến cuộc sống đời thường giữa hai miền của hai chế độ.

- **Ta Về**, chữ dùng này của ông, tôi nghĩ có sự cố tình dùng lại tên một bài thơ nổi tiếng của thi sĩ Tô Thùy Yên. 10 năm với sự tàn lụn của cơ thể, nhưng không mất đi ý chí của một quân nhân VNCH. Tuy không còn mặc quân phục, nhưng ông chưa giải ngũ, trước họng súng chịu đựng tập trung, nhưng sự nhồi sọ tinh vi mấy của Cộng Sản cũng không thể nào thành công. Khi ra được khỏi trại, cảnh "bần cùng hóa" nhân dân, "người tù cải tạo" thấy ngay xã hội xuống dốc bằng mắt, sờ được bằng tay. Khi nhúm cầm quyền giật mình cho đổi mới theo kinh tế thị trường, nhưng mắc cỡ, còn gắng giữ thể diện bằng cách thòng thêm mấy chữ "định hướng xã hội". Phải chăng định hướng này là làm cho xã hội tha hóa tội tệ hơn, nếu đem so sánh với bất cứ nước nào theo chế độ tư bản.

- **Ga Cuối Cuộc Đời**, chính là những năm tháng thương nhớ quê nhà, và tương đối vất vả trong giai đoạn đầu hội nhập vào xứ người. Trong buồn có vui, trong ray rứt có ánh sáng tương lai của thế hệ nối tiếp. Những cảm nhận xa nguồn mất gốc không thể không thao thức thường trực trong lòng.

Lê Hân

CUỐI ĐƯỜNG

"Những điều trông thấy mà đau đớn lòng"
Nguyễn Du

Đêm qua, Tường không chợp mắt, chàng nằm nghe xe cộ chạy ầm ầm và tiếng máy bay lên xuống không ngừng. Một nỗi thất vọng tràn ngập trong lòng. Chàng thở dài đau đớn đến tận tim gan. Sự sụp đổ nhanh chóng và thất trận không ngờ đã đứt quặn lòng chàng. Chàng nhìn vợ mang thai gần đến ngày sinh và hai đứa con, con gái mới lên 6 và con trai lên 4 tuổi. Cuộc đời của ba mẹ con sẽ ra sao! Chàng cảm thấy một nỗi hối hận và mặc cảm có trách nhiệm trong cuộc biến thiên kinh hoàng này.

Chàng nhẹ nhàng thức dậy, ra khỏi nhà, nhập vào mấy người trong ngõ ra đường. Đứng trên lề đường Trương Minh Giảng, Tường ngơ ngác nhìn những xe tăng cộng sản từ phía Tân Sơn Nhất tiến về phía trung tâm Saigon. Trên xe tăng treo cờ đỏ sao vàng cùng với cờ Mặt Trận Giải Phóng, nửa xanh nửa đỏ và những tên VC đội nón tai bèo, trẻ tuổi, mặt mày ngơ ngác. Chàng lại càng cảm thấy chua xót, quân đội như thế mà sao lại thắng trận. Tường nghe tiếng nói tự đáy lòng phát ra : Thế là hết! Một sự chấm dứt cay đắng, nghiệt ngã đã xẩy ra nhanh chóng và tàn khốc, không thốt được nên lời. Tường lủi thủi, cúi mặt lê bước về nhà, một cảm giác có lỗi với mọi người trong ngõ.

Hôm nay là 30 tháng 4 năm 1975.

Những ngày kế tiếp là những chuỗi ngày buồn thảm. Gần như hầu hết đa số các gia đình trong ngõ này đều là công chức của chính phủ Sài Gòn, nên nhà nào cũng đóng cửa buồn thiu. Duy chỉ có nhà ông năm Cam là ồn ào. Ông ta có hai thằng con trai, thằng lớn học giỏi được đi Tây Đức mấy năm nay, gửi tiền về xây lại nhà cửa khang trang. Ngược lại thằng em bị sứt môi, nói ngọng, phá làng phá xóm. Một vài năm gần đây mất tăm mất tích. Ông Năm Cam nói là nó về quê lấy vợ. Ngày 30 tháng 4, nó xuất hiện, đeo băng đỏ MTGP, đi xe Honda, đeo súng AK, hống hách, tráng tráo nhìn mọi người trong ngõ. Bố nó lên làm phường trưởng!

Một hôm, nó sang nhà Tường, đem theo vải và sơn, nó bảo sơn vẽ khẩu hiệu trên vải:

Đời đời nhớ ơn Hồ Chủ tịch.

Không có gì quý hơn Độc Lập Tự Do.

Hôm sau nó sang lấy khẩu hiệu, và nói với Tường: "Chú phải treo hình Bác Hồ." Tường phải đi mua hình HCM, đóng khung treo lên tường. Chàng nghĩ thầm: cuộc đời khổ nhục bắt đầu. Vợ chàng và những người trong nhà nhìn chàng ái ngại., Nhưng biết nói gì đây! Gia đình, ngoài vợ con, chàng còn có bà chị ruột của vợ là một giáo sư dậy Trung học bên quận 8. Hai đứa cháu gái, con của bà chị Cả đã mất, một đứa đã tốt nghiệp bác sĩ, chưa đi làm thì sập tiệm, còn một đứa có cử nhân Anh văn. Cho nên chàng cũng tạm yên tâm vì có chỗ dựa và đùm bọc nhau khi chàng đi tù.

Ngày 15 tháng 4, vợ chàng sinh một đứa con trai. Hai mẹ con ở vào hoàn cảnh nước mất nhà tan, sẽ phải chịu nhiều khổ cực thiếu thốn, nghĩ vậy, chàng thở dài.

Tường là Thiếu tá, tháng này chưa kịp lĩnh

lương thì mất nước. Vợ chàng làm tại văn phòng Cha Thính, Viện phó Đại học Minh Đức, toạ lạc trên đường Đinh Công Tráng. Mấy ngày sau khi vợ chàng sinh, đích thân Cha Thính đem 3 tháng lương đến tận nhà. Hai vợ chồng mừng quá, cảm ơn Cha vô cùng. Càng cảm động hơn là cả hai vợ chồng Tường không phải là người Công giáo. Tường có mối thân tình với Cha từ năm 1961, khi Cha dạy Pháp văn cho trường Võ Bị Đà Lạt, khi đó chàng là Sinh viên khóa 18.

Nhờ vậy Tường có ít tiền lẻ bỏ túi để đi xe bus. Vespa và Honda nằm yên tại chỗ vì không có săng. Tường muốn tránh mặt ông Năm Cam và thằng con sứt môi. Chàng đi lang thang ngoài đường như người mất hồn. Buổi sáng sau khi ăn chén cơm nguội, chàng bắt đầu cuốc bộ, qua chợ Trương Minh Giảng, sang bên kia cầu, rẽ phải, thì đến cư xá, nhà Phạm Hoán, em họa sĩ Phạm Tăng, người bạn cùng học Chu Văn An, không biết giờ này đang làm gì, chàng nhớ đến nụ cười hiền hậu của bạn. Chàng đi qua trường Trung Học Cứu Thế, nơi chàng đã dậy mấy năm nay, từ khi Cha Thính còn làm hiệu trưởng. Chàng nhìn qua cổng khép kín, thấy sân cờ vắng hoe. Lá cờ vàng ba sọc đỏ không còn nữa. Dẫy hành lang trên lầu âm u như lòng chàng bây giờ. Qua nhà thờ Cứu Thế là cao ốc cho sinh viên. Đỗ Phan Hạnh, bạn chàng ở trong cư xá này. Mà nay không thấy một bóng người. Đỗ Phan Hạnh, bạn học Chu Văn An, người cao to, đỗ Cao học Sử, Giảng viên cho sinh viên năm thứ nhất Văn Khoa, Hạnh còn độc thân trong khi hầu hết đa số các bạn đã có vợ con. Anh là mối dây thân ái giữa các bạn hữu, dù ở trong quân đội hay ngoài dân chính, dù là bất cứ ở đâu và ngành nghề nào. Bố mẹ, anh em của Hạnh, nhà ở đường Trương Minh Giảng, gần nhà thờ Ba Chuông, nhưng chàng Hạnh luôn luôn ở trong cư xá sinh viên, độc thân vui tính.

Giờ này anh ta ở đâu có đi thoát không? Tường cầu mong cho bạn mình may mắn thoát được. Chàng đi tới đường Phan Thanh Giản, hướng về Bệnh Viện Bình Dân. Tường đi qua ngõ nhà thầy Trần Thanh Mại, giáo sư Chu Văn An cũng là thân phụ của Trần Lam Giang, bạn học của Tường. Chàng tần ngần đứng, định rẽ vào thăm Thầy nhưng rồi lại thôi. Chàng biết rõ, giờ này Trần Lam Giang, một thời là Chủ tịch Hội Sinh viên đã không có nhà, có thể Giang đã kịp thời đi thoát.

Tường đi tới ngõ kế và rẽ vào nhà mẹ chàng.

Chàng ngồi bên mẹ sót xa nghĩ tới những ngày sắp tới, không biết mẹ chàng sẽ sống ra sao? Hai mẹ con có còn trông thấy nhau nữa không? Mẹ chàng muốn đến thăm thằng cháu nội mới sinh. Bà nội thương cháu, hai mắt đỏ hoe. Mẹ chàng sống ở đây với người chị ruột của chàng. Ngồi bên mẹ một lúc lâu, chàng lại tiếp tục đi.

Từ chợ Trương Minh Giảng tới đây, chàng gặp nhiều người quen, người muốn bán cái quạt để bàn, người thì muốn bán cái bàn ủi, người thì bán bộ tách pha trà…. Chàng biên vào sổ và địa chỉ, tổng kết cuối ngày đưa cho mấy bạn, mấy người quen bán chợ trời, để họ tới nhà mua về đem bán lại. Mấy ngày sau đó, chàng lại đi con đường cũ, qua chỗ mấy người quen, họ gọi lại và dúi cho chàng một chút tiền vì đã bán được món hàng do chàng môi giới. Nhiều khi được cả hai đầu, tuy chẳng đáng bao nhiêu, nhưng cũng thấy vui, an ủi trong hoàn cảnh này.

Chàng tiếp tục đi trên đường Phan Thanh Giản hướng về phía Bàn Cờ. Đến góc đường Cao Thắng, trên lầu của một cao ốc là nhà Đỗ Tiến Đức, tốt nghiệp Quốc Gia Hành Chánh, một thời làm Giám Đốc nha Thông Tin thì

Tường làm Chánh Sở. Sau đó Đức sang làm Giám Đốc Nha Điện Ảnh, đạo diễn phim "Yêu" dựa theo tiểu thuyết Yêu của Chu Tử. Đỗ Tiến Đức còn là nhà văn được giải thưởng "Văn" của Tổng Thống với tiểu thuyêt "Má Hồng". Thời gian Tường làm ở Nha Thông Tin với Đỗ Tiến Đức là 1968. Cùng năm này Tường đã lập gia đình sau Tổng Công kích Mậu Thân đợt 2. Sang năm 1969, chàng có con gái đầu lòng, Vợ chàng bị đau sau khi sinh, phải nằm bệnh viện Grall hết nửa năm trời. Tường, gà trống nuôi con, cũng may có bà chị vợ giúp đỡ. Chàng vẫn nhớ ơn bà chị này vô cùng.

Đi qua nhà Đỗ Tiến Đức, thì tới ngã ba Bàn Cờ. Đầu hẻm này nhà Vũ Đức Chấn, cùng học Chu Văn An, cả hai vợ chồng là cộng sản nằm vùng, nên Tường không muốn gặp.

Chàng tiếp tục đi tới ngã ba Nguyễn Thiện Thuật, Tường nhìn vào ngõ nhà của Trường Hải, Trường Kỳ, cả hai anh em đều là học sinh giỏi của Chu Văn An. Năm 1959, sau khi đỗ Tú Tài 2, Hải và Tường vào học Khoa Học. Có cô Tuyết từ Pháp về cũng vào học, cả ba ngồi cùng bàn nhất, Hải ngồi cạnh Tuyết. Tuyết nói tiếng Pháp giỏi hơn tiếng Việt. Giờ Manavon giảng tiếng Pháp, Tuyết ghi được đầy đủ. Tuyết không đẹp nhưng có duyên, theo nếp sống ở Pháp nhiều năm nên hết sức tự nhiên, nghĩ gì nói thế không e lệ, dụt dè. Tường học được nửa năm thì phải bỏ học, đi dậy để giúp đỡ gia đình vì thiếu hụt.

Tường xuống Kiến Hoà dậy tại trường Tân Văn do linh mục Phan Tấn Tri làm hiệu trưởng. Rồi sau về Saigon dạy tại trường Cứu Thế. Có một điều lạ, là những trường chàng dậy đa số là trường Công Giáo, mặc dù Tường không phải là tín đồ của chúa Kytô và cũng tại Saigon Tường dậy tại trường Quốc Anh trên đường Công Lý và Trung tâm Luyện thi Chi Lăng của giáo sư Bùi Khắc Tiệp. Tên Tường đã in trên tờ quảng cáo cùng với Vũ Văn Hoa, một người bạn cùng dậy. Vũ Văn Hoa đã sang Mỹ sau năm 1975, hiện đang làm Chủ nhiệm báo Việt Nam Mới tại Houston. Anh ta còn giữ tờ quảng cáo năm xưa và thường hay thăm hỏi những người quen biết về Tường, xem Tường hiện đang ở đâu. Mãi đến 1998, tình cờ anh Hoa gặp Trung tá Không quân Phạm Quang Trình ở Seattle. Trình cho biết Tường đang ở Portland và Trình đưa anh bạn đến gặp Tường. Ôi thật là cảm động biết bao! Tường đi dậy học từ năm 1960 đến cuối năm 1961 thì vào Võ Bị Đà lạt, khóa 18. Bắt đầu cuộc đời binh nghiệp từ đó!

Trở lại chuyện Nguyễn Trường Hải, ít lâu sau, Tường nghe chuyện tình giữa Hải và Tuyết tan vỡ, Hải đem đứa con trai về cho bà nội nuôi. Khi Tường làm việc ở quân đoàn 4, gặp Hải đang dậy học tại trường trung học Phan Thanh Giản, Cần Thơ. Lúc đó Hải yêu cô Hồng, đang làm việc tại văn phòng và là em gái của Tiến sĩ Phạm Hoàng Hộ. Những ngày chủ nhật Hải thường rủ Tường xuống nhà bố mẹ Hồng, một villa ở Bình Thủy. Thời gian này Tường chưa bận bịu về tình cảm, vẫn còn phơi phới độc thân, thỉnh thoảng cũng có chút hương hoa nhưng không sâu đậm để phải đau khổ và bi lụy. Ít lâu sau Hải lấy cô Hồng.

Trong đầu nghĩ lan man về những người bạn học cũ và chân vẫn tiếp tục đi trên đường Nguyễn Thiện Thuật, đến ngã tư Nancy chàng rẽ vào nhà người anh con chú con bác ruột. Nhà anh chị Bính, anh Anh Bính là trưởng tộc, con trai lớn của người bác, anh ruột của bố Tường. Trước 1954, bác và bố Tường ở huyện Tiên Lữ, tỉnh Hưng Yên. Bác rất giầu, có trên 700 mẫu ruộng, dẫy nhà lầu, sân thượng rộng lớn, trẻ con có thể chơi đá bóng ở trên đó. Con đường bao quanh ao cá có thể phi ngựa được. Mỗi khi giỗ, Tết là mổ heo, mổ bò ăn uống kéo dài cả tuần lễ. Anh Bính lúc đó đi học ở Hà Nội, học ít chơi nhiều. Nhà mua chức Hàn cho anh, nên lúc nào cũng áo gấm thể diện, đeo thẻ ngà trên ngực. Mỗi lần về Hưng Yên thăm nhà đi xe Citroen có tài xế lái. Dân chúng trong vùng cùng trẻ con, trong đó có Tường chạy ra xem chiếc xe đen bóng, phà khói, ngửi thơm mùi săng. Năm 12 tuổi đã lấy vợ, mẹ chồng còn phải tắm cho cả hai vợ chồng. Khi vợ anh 16 tuổi đã sinh con, sinh năm một, đến khi 20 tuổi đã có năm con, ra đường con trẻ như học sinh. Thanh niên chạy theo cả lũ. Thế rồi hai vợ chồng bỏ nhau. Anh Bính lấy bà sau, ở với nhau đến bây giờ, bà này hiền lành, buôn bán rau ngoài chợ, tần tảo nuôi chồng con.

Tường vào nhà gặp chị Bính, chị kêu lên: "Trời ơi, chú còn ở đây sao?" Anh Bính đã có kinh nghiệm với cộng sản sau 1954, biết rõ về cộng sản thì nói: "Không phải học tập hai tháng đâu chú ơi!". Đúng vậy anh Sửu, tuổi Sửu, em ruột anh Bính làm Trưởng Ty Cảnh Sát Hưng Yên, tin lời vợ là đừng lo, cứ ở lại, có các anh bảo lãnh không sao đâu, vì phía nhà vợ đã theo cộng sản từ hồi Cách mạng chống Pháp. Anh Sửu ở lại miền Bắc, bị đi tù trên rừng sâu Bắc Việt tới sau 1975 mới được thả về nhà. Suốt ngày ngồi góc vườn sau nhà không nói một câu nào.

Chị Bính rơm rớm nước mắt nói: "Chú ngồi xuống đây, có bắp luộc chú ăn với anh chị". Tường không từ chối vì chàng cũng thấy đói bụng. Chị nói tiếp: "Sáng nay gặp người quen, bẻ bắp ở quê, đem lên nên mua được rẻ. Hàng chục cái, chú ăn tự nhiên". Tường ăn hai cái bắp cũng đã thấy bụng đầy đầy. Chàng cám ơn anh chị, lại tiếp tục đi.

Chàng gặp vài người quen trong xóm nhà anh chị Bính. Tường hỏi như mọi khi "Có gì bán không?" Người thì muốn bán đồng hồ để bàn, người thì muốn bán radio hai băng cầm tay, người thì bán quần áo con nít. Tường ghi vào sổ để chuyển cho bạn hàng. Xong chàng chào mọi người, đi ra khỏi ngõ, dọc theo đường Trần Hưng Đạo, vào phía Chợ Lớn, phía bên trái có một dẫy nhà lầu. Có một thời vợ chồng chị Cả của Tường được cấp một căn trên đó. Mẹ Tường và Tường cùng ở đó, rồi sau mới dọn về Phan Thanh Giản trước Bệnh viện Bình Dân. Đi thêm một quãng nữa cũng trên lầu cao ốc là nhà của Nguyễn Văn Hiền, cùng học CVA, được gọi là Hiền Nhiếp Ảnh để phân biệt với Hiền khác. Đúng như tên gọi. Hiền đã giỏi về nhiếp ảnh lại còn biết rửa phim, in ảnh lành nghề và rất đẹp. Tường thường đến nhà anh để anh chỉ dẫn. Một hôm Tường đến, khóa xe đạp cẩn thận ở chân cầu thang, lầu một, rồi lên nhà Hiền. Đến khi về, xuống dưới nhà thì xe không cánh mà bay. Tường vừa sợ, vừa lo và vừa buồn. Vừa đi bộ vừa khóc về nhà.

Phía dẫy nhà lầu bên phải là nhà cấp cho công chức và quân nhân. Trung Tá Nguyễn Bảo Trị (sau là Trung Tướng) có mấy căn liên tiếp cho các em ở, Nguyễn Bảo Thùy chết ở Chợ Lớn năm Tết Mậu Thân, còn mấy người em chưa có gia đình sống chung với nhau là Nguyễn Bảo Sĩ, Nguyễn Bảo Tín, và cô em gái út. Vì là em gái duy nhất, được các anh chiều chuộng nên càng làm nũng. Khi Tường sang chơi thì cô em này sai Tường làm việc này việc nọ. Một hôm cô em vẫy Tường lại gần rồi chỉ cho Tường một cửa hàng xén dưới lầu, sai Tường đi mua bông, thấy Tường ngập ngừng chưa hiểu, cô em dục "Bông cho đàn bà, em cần ngay". Tường vội vàng chạy đi, mấy ông anh cười quá trời. Mỗi lần được sai, Tường ríu ríu nghe lời và tỏ ra vui sướng. Cô em này sau lấy một vị làm Đổng Lý Văn Phòng một bộ, nhưng ông ta chết vì một tai nạn máy bay.

Tường buồn rầu tự hỏi không biết họ Nguyễn Bảo có thoát được không? Nếu không thì không sao sống nổi với chế độ mới này!

Trời đã về chiều, Tường quay gót về nhà. Chàng đi theo đường Trần Quốc Toản, qua viện Hóa Đạo, ra đường Trương Minh Giảng rồi về nhà. Chàng xọc tay vào túi quần, chạm vào mấy đồng tiền để đi xe bus, chàng nghĩ thầm, là đi bộ để chút tiền lẻ mua quà cho con, nghĩ đến hai đứa nhỏ nhìn thấy bố về mừng rỡ khi có quà, chàng lại mỉm cười chua chát và thương vợ con vô cùng.

Khi đi qua Viện Hóa Đạo, chàng thấy vắng tanh không một bóng người. Chàng nhớ lại những ngày tháng Phật tử xuống đường, phá nát miền Nam. Bây giờ họ ở đâu, sao không thấy đấu tranh. Tường nghĩ thầm, thò đầu ra bây giờ chỉ có ăn đạn. Miền Nam trước đây quá dân chủ, nên họ làm loạn, biểu tình xuống đường liên miên. Giờ này mới rõ trắng đen, những tên chủ chốt đều là Việt Cộng nằm vùng.

Bên kia đường của Viện Hóa Đạo, có một bà cụ trạc tuổi mẹ Tường, ngồi bên lề đường, trước mặt để một cái rổ bán hàng gì. Tường đi đến cất tiếng hỏi: "Mẹ bán gì đây?" Vừa hỏi chàng vừa nhìn vào trong rổ, thấy một ít hột mít. Chàng nói: "Mẹ cho cả vào túi nylong cho con, còn bao nhiêu tiền lẻ con đưa mẹ hết". Bà cụ vừa cho hạt mít vào túi nylong vừa nói: "Cám ơn cậu". Chàng sung sướng tự nói: "Thế là hai con có quà rồi." Bước chân chàng đi nhanh hơn, từ đầu ngõ chàng đã mường tượng ra tiếng nói của hai con: "Bố về, mẹ ơi". Khi chàng mở cánh cổng sắt là hai con đã reo lên "Quà gì thế bố?" Vợ chàng chạy ra đỡ lấy túi nylong, mở ra và kêu lên: "Chua loét, hột mít thiu rồi, nhớt không à". Chàng buồn rầu nói: "Anh đâu có biết, thấy bà cụ bán, tội nghiệp nên anh mua hết, trả cụ tiền đi xe bus". Thấy ba bố con tiu nghỉu, vợ chàng nói: "Không sao, vào tay em lại ngon ngay". Vợ chàng vào bếp, rửa sạch nhớt, rồi luộc lại. Thế là cả nhà lại có hạt mít ăn ngon lành. "Cảm ơn vợ nhiều" chàng nói thầm trong lòng.

Ngày kế tiếp, chàng không theo lộ trình cũ. Qua cầu Trương Minh Giảng, Tường rẽ tay trái vào đường Yên Đổ. Đầu đường ở ngõ bên trái là lối vào nhà Dương Kiền, người bạn nhỏ con, học cùng lớp, một người tài hoa, là thi sĩ với tạo thơ "Thú Đau Thương", Dương Kiền còn là một luật sư nổi tiếng hùng biện. Họ Dương đã nổi tiếng từ xưa đến nay. Nhưng đường tình duyên thì lận đận. Mối tình của Kiền và Kim Anh, con gái nhà văn Nguyễn Thị Vinh trong nhóm Tự Lực Văn Đoàn cuối cùng đứt đoạn. Với "Thú Đau Thương", Kiền sống cố quên hết buồn phiền. Nay chàng đã vào miền viên mãn, nơi ấy không còn có khổ đau.

Cùng trong ngõ này Tường còn có một người bạn thân cùng dậy học tại trường Quốc Anh. Anh họ Trịnh, độc thân, lãng tử, sống một mình trong căn gác nhỏ. Tường tiếp tục đi trên đường Yên Đổ, đến góc đường Hai Bà Trưng, bên phải có một tiệm phở nổi tiếng rất ngon, Tường thường ăn món áp chảo tại đây. Sau 30 tháng 4, mới biết đó là chỗ giao liên của Việt Cộng nằm vùng. Tường đi qua ghé mắt nhìn vào không thấy một bóng khách nào, chàng tiếp tục băng qua đường Hai Bà Trưng vào đường Trần Quang Khải, Tân Định, phía bên trái có nhà của Trung tá Nhẩy dù Nguyễn Văn Nhỏ, khóa 19 Đà Lạt, rồi đến nhà của thân nhân Trung Tá nhẩy dù Bùi Quyền, thủ khoa khóa 16, và người bạn CVA Phạm Sinh Hỷ cũng ở trên con đường này, mở tiệm bán tủ lạnh, nay thì đóng cửa im ỉm. Tường tự hỏi hai chàng nhẩy dù hiện ở đâu, có đi thoát không? Còn Phạm Sinh Hỷ, hiền lành, sống hết lòng với bạn bè, cầu mong Trời Phật phù hộ cho bạn.

Tường đi đến trước rạp Văn Hoa. Rạp cũng đóng cửa, chàng gặp cô Yến, con ông chủ rạp, đang đứng trước cửa. Yến nhìn thấy chàng ngạc nhiên hỏi: "Anh ở lại làm sao sống nổi với bọn nó". Tường biết Yến khi mẹ Yến trúng thầu câu lạc bộ của trường Võ Bị. Yến giúp mẹ ngồi thâu ngân và ghi sổ thiếu nợ của các sinh viên ăn trước trả tiền sau. Yến xinh đẹp duyên dáng, biết bao chàng sinh viên yêu thầm. Tường cũng trong số này, nhưng chàng không dám đến gần vì chàng hiện là khóa em út, mấy niên trưởng say mê Yến thường nói chuyện với Yến, nàng cười vui vẻ và nghiêng đầu rất duyên dáng. Một hôm Chủ nhật, Tường ra Câu Lạc Bộ, thấy vắng mấy niên trưởng, chàng đến bên Yến trò chuyện, nàng tiếp chuyện rất đằm thắm, không phân biệt khóa đàn anh, đàn em. Hôm ấy, Yến mặc bộ đồ mầu đen, càng làm nổi bật làn da trắng. Chàng nhìn cổ Yến trắng hồng đeo một sợi dây chuyền mặt ngọc xanh biếc, đẹp vô cùng. Tường khen Yến: "Yến mặc bộ đồ đen đẹp quá." Yến cười: "Anh thấy đẹp không, mà anh không biết là hàng tháng Yến phải mặc quần đen mấy ngày à?" Lúc ấy Tường nghe nhưng không hiểu câu nói của Yến, đến tối khi ngồi một mình trong phòng, chàng nhớ lại câu nói thân tình ấy. Chàng mỉm cười và cảm thấy Yến tự nhiên và đáng yêu vô cùng. Chàng chia tay Yến, bước qua đường vào nhà mẹ nuôi.

Tường nghĩ, cũng nên nói thêm tại sao chàng có cái may mắn và hạnh phúc có bà má nuôi này nhận là con.

Tháng 11 năm 1961, chàng ở lớp tuổi sẽ được gọi vào Võ bị Thủ Đức. Chàng nghĩ, vào Đà Lạt, học 4 năm, khi ra trường chắc đất nước đã hoà bình. Lúc đó trong trường đã có 3 khóa 16, 17 và 18. Khóa 16, Tường có rất nhiều bạn theo học khóa này, vì sau khi tốt nghiệp trung học năm 1959, các bạn chàng vào khóa 16. Tường còn đi dậy học 2 năm, đến 1961 chàng nhập khóa 18 nên phải gọi các bạn cũ ở CVA là niên trưởng. Khóa nào cũng phải qua 8 tuần hoặc 10 tuần "Tân Khóa Sinh", 8 tuần này như sống trong ác mộng, vì những tuần này là tuần "Huấn Nhục" luôn luôn bị phạt bất chấp lý do, chỉ trừ đêm được ngủ, còn từ 5 giờ sáng đến chiều tối không có một phút nghỉ ngơi.

Cuối năm 1962, đầu năm 1963, hai khóa 16 và 17 lần lượt ra trường. Khóa 19 và 20 nhập học. Khóa 18 là niên trưởng. Tại trường có 8 đại đội, những người có điểm văn hóa và quân sự cao của khóa được giữ chức Tham mưu hay Đại Độ Trưởng trong hệ thống Tự Chỉ Huy. Tường được giữ chức Đại Đội Trưởng Đại Đội D, một trong 8 đại đội. Vì vậy đi diễn hành không phải vác súng mà được đi kiếm đứng trước hàng quân. Phòng ngủ riêng một mình, không bị ai kiểm soát. Tường là Sinh viên Đại Đội Trưởng, trên Tường có Sĩ quan Đại Đội Trưởng, lúc đó là Thiếu uý Trúc, người Huế, nói năng nhỏ nhẹ.

Một hôm Tường đi học văn hóa về, mở cửa phòng thấy Thiếu uý Trúc ngồi ở bàn đang lau súng cười và chỉ nói: "Súng của anh bẩn quá" Tường chỉ biết nói lời cám ơn.

Kể lại câu chuyện này chỉ muốn nói về cuộc sống của khóa Niên Trưởng rất thoải mái, có quyền phạt khóa đàn em mà không có ai phạt mình nữa. Nhưng từ khi với tư cách là Sinh Viên Sĩ Quan Đại Đội Trưởng, Tường hầu như chưa từng phạt một sinh viên đàn em nào cả.

Trường Quân Y gửi một nhóm Sinh viên Quân Y lên Đà Lạt học giai đoạn quân sự. Khóa 18 cử người hướng dẫn toán sinh viên Quân Y này. Có Lê Bá Thi là bạn cùng học CVA với Tường, trong toán Quân Y này, gặp lại nhau kể từ khi tốt nghiệp trung học, hết sức mừng rõ.

Chiều chiều, sau bữa cơm là giờ tự do, Thi thường xuống phòng Tường, uống trà, cà phê, ăn bánh ngọt lúc nào cũng có (bà má nuôi mua cho). Thi là con bà Tiến Phú, một triệu phú lúc bấy giờ. Thi dẫn Tường ra villa Ánh Sáng, giới thiệu với bà Vũ Úc, bạn học của mẹ Thi. Ông Vũ Úc cũng là một triệu phú. Bà Vũ Úc ở Đalạt trông nom hai gái một trai học trường Pháp tại đây. Tường theo Thi đến chơi nhà bà Vũ Úc rồi trở nên thân thiết, tới khi Quân Y mãn thời gian quân sự, Thi trở về trường Quân Y ở Sài Gòn, Tường vẫn tiếp tục đến nhà bà Vũ Úc vào những ngày cuối tuần, rồi chàng gọi bà bằng mẹ hồi nào không hay. Bà coi Tường như anh cả trong gia đình. Ba người con của bà, Phượng 14, Quỳnh 12 và Quang 10 tuổi. Các em coi Tường như anh Hai.

Trở lại chuyện vào thăm bà má nuôi. Tường ở lại ăn cơm với má nuôi và các em. Bữa cơm có đậu phụ rán, canh cà chua tôm và một đĩa nhộng. Má nuôi và Tường ăn nhộng, các em không dám ăn vì nghĩ là sâu. Tường ăn cơm thấy rất ngon miệng vì bụng đói. Tường ăn thật no. Bà má nuôi nhìn Tường ăn mà thương hại, bà nói: "Con đi tù không được ăn cơm đâu con" rồi bà lau nước mắt. Chàng ngồi chơi một lúc rồi ra về. Má nuôi nói: "Con lấy chiếc xe đạp này mà đi, ông ấy không dùng nữa." Tường đạp xe về mà mừng rỡ khôn cùng. Lúc này có chiếc xe cũ rỉ xét cũng là một gia tài nhỏ. Chàng đạp xe về nhà, cả buổi chiều chàng lau chùi chiếc xe. Vợ chàng nói: "Anh Dũng ghé thăm, cho thằng Út hộp sữa, hai đứa nhỏ bánh biscuit. Anh Dũng nói ngày mai anh đến phòng mạch gặp anh Ninh". Không biết có việc gì không mà ông anh nhắn gọi, hay có đường đi, chàng cứ nghĩ ngợi lan man.

Ngày hôm sau, Tường cũng như mọi khi, ăn chén cơm nguội cho chắc bụng rồi dắt xe ra đi. Chàng đi một mạch đến phòng mạch anh Ninh, thấy có 5, 6 người đang ngồi chờ khám bệnh. Thay vì ngồi đợi, chàng đi xe đạp ra chợ trời bên vỉa hè, chàng muốn mua một cặp vỏ xe, đi lan man từ hàng này sang hàng khác, không kiếm được món hàng cần thiết, chàng quay lại phòng mạch, thấy còn một bệnh nhân, chàng vào phòng chờ ngồi đợi. Khi người khách cuối cùng ra về. Anh Ninh mở cửa ra thấy Tường, anh nói: "Vào đây em".

Tường vào phòng khám. Anh Ninh đem ra một túi vải, đổ ra bàn, anh ân cần dặn: "Đây là thuốc cảm cúm của người lớn, đây là thuốc của trẻ em, thuốc ho, thuốc tiêu chảy, thuốc đau nhức và thuốc bổ. Để dành mà dùng, mai mốt sẽ khan hiếm lắm". Anh cầm một bọc giấy báo rồi nói: "Đây là 100 ngàn, anh cho em, tằn tiện mà xài nghe em".

Tường rưng rưng nước mắt và nói: "Em vô cùng cám ơn anh. Giữa lúc khó khăn này, anh thương em như vậy thật là quý hoá, em mang ơn anh."

Anh đứng dậy, tiễn Tường ra về anh nói: "Em giữ gìn sức khoẻ, anh em mình không biết còn có gặp được nhau nữa không!"

Tường cắp cái túi vào nách, đạp xe ra về, chàng ghé mua mấy chiếc bánh giò, ghé vào nhà mẹ, chàng ngồi xuống bên mẹ, bóc cái bánh cho mẹ ăn. Nhìn mẹ móm mém nhai thấy mà tội nghiệp, không còn một cái răng nào, nhai bằng lợi răng. Lát sau chàng đạp xe về thẳng nhà cho vợ mừng. Chàng nghĩ thầm: Trong giờ phút khó khăn này, Trời Phật thương cho gặp những tấm lòng vàng như vậy.

Tường bóc bánh giò cho hai con, trong khi đó vợ chàng cất thuốc và tiền vào tủ. Giờ này hai thứ quý giá nhất là thuốc và tiền, vậy mà anh đã cho gia đình em. Em cảm ơn anh!

Đầu tháng 5 rồi, 15 tháng 6 là ngày chót cấp Tá phải trình diện. Chỉ còn mấy chục ngày, thời gian cảm thấy đi nhanh quá!

Như mọi ngày, Tường ăn chén cơm nguội rồi dắt xe ra đi, chàng lấy một túi vải khoác lên lưng để đựng đồ vật cho an toàn, hơn là để trong rổ xe đằng trước tay lái. Hôm nay Tường theo lối cũ, qua trường Cứu Thế chợt nghe tiếng gọi tên chàng. Tường dừng xe, và nhận ra Cha làm việc trong Caritas. Tường theo Cha vào văn phòng. Cha mở tủ và đưa cho chàng 100 đô-la và nói:

- Anh đi đổi dùm Cha. Cầm tiền ngoài đường cẩn thận trong thời buổi này."

- Thưa Cha, con sẽ để tiền vào túi đeo sau lưng. Mà sao Cha biết con mà sai con.

- Anh dậy bên trường Cứu Thế, tôi đã biết anh từ lâu rồi. Thôi anh đi giúp Cha.

Tường đạp xe quanh chợ Bến Thành, thấy mấy bà khoác túi vải đi chầm chậm trên hè phố là chàng biết. Chàng ghé sát hỏi giá của hôm nay. Chàng lại ghé trước ga xe lửa xem giá cả ra sao. Chàng cũng tới đường Phạm

Ngũ Lão hỏi giá cả. Cuối cùng chàng đổi với chị Mai ở chợ Bến Thành tại nhà riêng của chị.

Tường để tiền trong túi đeo trên lưng, đi thẳng về văn phòng Cha. Chàng đổ túi tiền ra bàn rồi nói.

- Con đổi được bao nhiêu là đưa Cha bấy nhiêu.

- Tôi biết, vì thế tôi mới nhờ anh. Cha cầm 15 ngàn đưa cho Tường và nói:

- Tặng anh một chút. Anh để lại địa chỉ, có việc cần tôi cho người kiếm anh.

Cách một hai ngày anh đi qua đây, ghé văn phòng tôi.

Từ đấy, chàng dần dần nhập vào nghề buôn bán đô-la, ngoài ra còn đổi tiền Franc, mua bán vàng. Đi suốt ngày, quen biết các mối làm ăn, tin tưởng giúp đỡ nhau. Có lần đang ăn cơm có khách đến đổi tiền, Tường ăn vội chén cơm rồi đạp xe đi, chàng cho khách biết giá là bao nhiêu, nếu ưng thuận thì ngồi chờ, chàng sẽ đem tiền về. Chàng lấy công vừa phải nên nhiều người nhờ. Một đôi ngày lại ghé văn phòng Cha. Phải nói là Cha tin tưởng sự thành thật của Tường nên sai Tường đi nhiều lần.

Ngày sinh nhật của Tường, vợ chàng nấu một nồi chè, cả nhà ăn giản dị vậy thôi.

Cũng như mọi ngày, Tường ăn chén cơm rồi lại dắt xe đi. Hôm nay là giữa tháng 5. Chỉ còn một tháng nữa là chàng phải đi trình diện. Chàng thở dài, lo lắng khôn cùng. Trời Phật thương nên từ ngày có xe đạp kiếm ăn cũng được. Có ngày vài chục ngàn, cũng có ngày không được đồng nào. Bán vàng dùm khách thường được khá nhiều tiền công vì khách mỗi lần bán ít nhất từ 5 lạng trở lên. Nhờ đi bán vàng cho khách, Tường mới biết mặt lạng vàng. Trước đó Tường cứ tưởng một lạng vàng phải to lớn lắm, nay nhìn thấy chỉ là 2 miếng rưỡi mỏng dính sát chồng lên nhau. Tường và ngay cả vợ chàng, một phụ nữ cũng không bao giờ lưu ý đến vàng bạc, tiền lương có bao nhiêu thì tiêu bấy nhiêu không để dành. Ngoài tiền lương Thiếu tá, chàng còn đi dậy thêm ở trường Văn Hóa Quân Đội vào buổi tối. Vậy mà nhiều khi còn thiếu hụt nói chi đến để dành.

Tường đạp xe tới ngã Sáu, đang ngơ ngẩn không biết nên rẽ đường nào thì nghe tiếng gọi, chàng dừng xe, thấy Nguyệt, chàng chờ Nguyệt tiến lên, Nguyệt vẫn diện quần áo chỉnh tề, áo thun xanh đậm, váy xếp ly mầu trắng, đi xe đạp mini. Nguyệt cười để lộ hàm răng trắng và má lúm đồng tiền. Nguyệt học luật sau Tường một lớp. Trước thì học cùng một chứng chỉ, nhưng Nguyệt bị rớt chứng chỉ thứ ba. Tường học năm thứ tư, thì Nguyệt học lại năm thứ ba. Tường coi Nguyệt như một người tình bé nhỏ và Nguyệt cũng thân thiết với chàng. Từ khi có chàng bên cạnh, có lúc hai người cùng uống chung một ly nước chanh, mỗi người một ống hút ở quán ven đường trước trường Luật, có lần Tường mặc quân phục, đeo lon Đại úy chở Nguyệt trên Vespa của Tường thì sau đó những chàng sinh viên theo đuổi nàng mỗi khi gặp ở trường Luật chỉ mỉm cười chào hỏi chứ không còn săn đón như xưa nữa.

Nguyệt đạp xe lên ngang với Tường và nói: "Sao anh không ghé nhà. Bố mẹ em nhắc anh và lo lắng cho anh."

- Anh không muốn đến nhà ai, nhỡ làm phiền họ. Cho anh gửi lời thăm bố mẹ em.

Với Nguyệt thì thân với nhau đã lâu, từ khi học Chứng chỉ thứ hai. Tường quen thân với gia đình Nguyệt là có lý do. Khi Tường không còn biệt phái nữa, chàng về làm tại Cục

An Ninh Quân Đội. Một hôm, Nguyệt dẫn mẹ tới Cục để gặp Tường. Tường mời hai người xuống Câu Lạc Bộ dùng nước ngọt. Được biết trước kia bố Nguyệt có mở lớp dậy đánh máy chữ tại nhà trong mấy năm, nhưng sau đó dẹp tiệm rồi. Nay con trai của ông bà đã được học bổng đi Canada, khi lên máy bay phải có giấy chứng nhận không thiếu thuế. Mẹ Nguyệt nói: "Xin anh giúp đỡ em. Em nó là niềm hy vọng của cả gia đình. Đáng lẽ nhà tôi phải đến gặp anh, nhưng vì ông ấy lo về việc này quá mà bắt ốm. Nhà tôi không quen biết ai, em Nguyệt nói đến tìm anh để xin anh giúp đỡ."

Tường không biết nói sao. Việc này ngoài khả năng của chàng. Nhưng thấy bà tha thiết và khẩn khoản quá, chàng chỉ biết nói: "Bác để cháu tìm cách giúp đỡ. Có gì cháu sẽ ghé nhà cho bác hay". Rồi chàng quay qua Nguyệt nói: "Em đưa mẹ về, anh sẽ liên lạc bạn bè xem sao".

Điều kiện bây giờ là cần xin được một giấy không thiếu thuế. Nhà Nguyệt ở trên đường Lý Thái Tổ thuộc quận Năm. Tường suy nghĩ chợt nhớ đến Đỗ Phan Hạnh. Chàng tìm Hạnh và nói rõ sự việc. Hạnh nói ngay thằng Duy đang làm Trưởng Ty Thuế Vụ quận Năm, mày vào gặp nó là xong. Tường mừng quá, với Duy chàng cũng biết, tính tình Duy cũng tốt, rất vui vẻ với bạn bè.

Tường đến nhà Nguyệt, hẹn với mẹ Nguyệt, soạn đủ giấy tờ cần thiết, ngày mai Tường sẽ đến đón bà vào gặp ông Trưởng Ty Thuế Vụ quận 5. Hy vọng tốt đẹp vì ông Trưởng Ty đó là bạn học của Tường.

Hôm sau Tường chở bà cụ đến Ty thuế Vụ quận 5. Tường xin gặp ông Trưởng Ty và nói rõ là bạn học CVA 59. Một lát sau chính Duy mở cửa phòng và nói: "Vào đây mày, từ khi ra trường hôm nay mới gặp" và Duy hướng về phía mẹ Nguyệt nói: "Mời bác vào trong văn phòng". Mọi người ngồi vào ghế, sau đó bà cụ trình bầy: "Trước kia có mở lớp dạy đánh máy, nhưng mấy năm sau phần vì it học viên, phần vì ông cụ không khoẻ. Nay con trai được học bổng đi du học Canada. Phi trường cho biết phải có giấy chứng thực không thiếu thuế mới được lên máy bay. Cả nhà tôi trông mong hy vọng đặt vào nó. Mong ông thông cảm giúp đỡ cho". Duy ghi tên, tuổi, địa chỉ và các chi tiết cần thiết rồi nói với bà cụ: "Bác ra ngoài đợi. Chờ tôi xét hồ sơ."

Nói xong Duy gọi nhân viên đưa tên tuổi

và bảo việc phải làm.

Mọi người ra hết, lúc đó Duy mới nói với Tường: "Thằng Đỗ Phan Hạnh điện thoại cho tao nói về việc của mày. Tao muốn hỏi riêng mày: Đây có phải là áp phe kiếm tiền không?"

Tường cười: "Bà cụ này tao coi như người thân trong gia đình, không có chuyện tiền nong. Tao lấy danh dự nói với mày là thế."

"Tao hỏi là hỏi thế thôi, tao tin mày. Giúp đỡ bạn bè được cái gì là tao vui rồi." Sau đó hai người ngồi ôn lại kỷ niệm xa xưa, những ngày không lo lắng ngoài việc học, những ngày để dành từng đồng để ăn quà.

Ít phút sau thì nhân viên đưa giấy tờ cho Duy ký tên. Ký xong Duy đưa cho Tường và nói: "Việc của mày xong rồi, mày cầm giấy này đưa văn phòng đóng dấu". Duy bắt tay Tường thật chặt và chúc sức khoẻ.

Tường cảm ơn và vô cùng xúc động trước tình cảm bạn bè vẫn thân ái như xưa.

Người mừng nhất là bà cụ. Bà cụ cầm tờ giấy mà hai tay run run. Nỗi lo lắng không ngờ được giải quyết một cách nhẹ nhàng nhanh chóng cũng nhờ vào tình huynh đệ của

Tường. Đưa bà cụ về nhà, gặp ông cụ đang ngồi ngóng ở cửa. Bà cụ đưa giấy cho ông cụ. Ông cụ nói: "Cảm ơn cậu, không biết nói gì hơn". Nguyệt ở trên lầu chạy xuống, cầm tờ giấy và nói: "Để con copy mấy bản", nói xong Nguyệt nhìn Tường tha thiết, thân ái và biết ơn.

Tường từ giã mà trong lòng rất vui vì vừa giúp được gia đình Nguyệt. Đến nay (1975) Nam, em Nguyệt đã học được gần hai năm ở bên Canada.

Trở lại chuyện gặp Nguyệt, đi xe đạp song song, Nguyệt hỏi: "Anh đi đâu, có việc gì gấp không?"

Tường đáp: "Không có việc gì, anh đi lang thang" Nguyệt nói: "Vậy anh đi theo em".

Nguyệt đạp xe đến cửa hàng 79, trước kia là tiệm phở 79. Nguyệt nói: "Anh vào xin mua thuốc lá Ruby, họ chỉ bán cho một tube 10 gói thôi, mua xong anh ra đầu đường đợi em".

Tường mua xong, đi ra đầu đường, Nguyệt vào mua, nàng đem cái duyên cái đẹp ra nũng nịu. Anh chàng bán hàng, bán cho nàng 3 tube, 30 gói. Xong Tường và Nguyệt đem thuốc lá ra bán lại cho người bán lẻ. Lời 3 tube thuốc.

Cuối đường ▫ 39

Nguyệt cầm lại tiền vốn của 3 tube thuốc còn tiền lời đưa tất cả cho Tường và nói: "Anh mua quà cho các cháu." Tường chưa kịp nói câu nào thì Nguyệt đã chạy xe đi. Chàng lẩm bẩm: "Cám ơn em" rồi thong thả đi mua bánh giò cho mẹ và hai cái bánh dừa mà các con thích.

Tường đến thăm mẹ và suy nghĩ, mẹ tuổi già, sức yếu mà hai con trai sẽ đi tù không biết ngày về. Mẹ chết mà không thấy mặt các con, chắc là mẹ sẽ đau đớn vô cùng. Tường suy nghĩ, trước khi đi tù, chàng sẽ đón mẹ xuống chơi với các cháu vài ngày. Mẹ ăn xong. Mở kim băng ở túi áo trong, lấy ra một ít tiền lẻ đưa cho Tường để mua quà cho các cháu. Tường cảm động nói: "Mẹ ơi, mẹ cất vào túi đi, con cảm ơn mẹ."

Ngồi một lát, chàng từ biệt mẹ đi về nhà, vừa lúc có khách kiếm chàng để mua đô-la. Thế là chàng mừng rỡ đạp xe đi luôn. Họ mua 500 đô, chàng dồn tiền vào túi đeo trên lưng và đến địa điểm gần nhất, chàng vào địa điểm dễ dàng vì những người kiểm soát đứng ngoài ngõ đã biết chàng. Chàng mua xong còn lại 20 ngàn, coi như tiền công của chàng. Chàng về giao 500 đô cho bà khách, bà nói cám ơn và nói sẽ còn nhờ chàng nhiều lần nữa.

಄

Ngày hôm nay đã là ngày 5 tháng 6 rồi, sinh nhật của chàng đã qua một tháng, Tường đi xe đạp đến gần cầu Trương Minh Giảng thì ngưng lại bên này cầu, ghé vào Cẩn, bạn cùng khóa Võ Bị đang ngồi sửa xe cho khách. Chàng ghé tiệm cà phê quen đầu ngõ, mua hai ly cà phê đen đem đến chỗ Cẩn:

- Ngừng tay, uống cà phê mày.

- Kiếm đâu được xe đạp vậy?

- Của bà má nuôi cho, may mắn quá.

- Ừ, thời buổi này có xe đạp là quý lắm.

Vừa nói, Cẩn vừa nhẩy lên xe đi vòng vòng rồi trở lại uống cà phê.

- Để tao vặn lại mấy con ốc cho mày, tay lái này cần phải thay mấy hòn bi. Ngồi đấy đi em, chờ tao tu bổ cho chắc ăn.

Cẩn sửa xe cho Tường đến gần trưa mới xong. Tường đi mua hai ổ bánh mì thịt cho hai đứa. Lúc từ giã Cẩn, Tường dúi vào tay bạn ít tiền và nói: Một chút chia xẻ cho nhau ấm lòng.

Cẩn nói: "Xe có gì hư hỏng ghé tao".

Cuối đường ▫ 41

Tường lấy sức phóng mạnh qua cầu, chàng rẽ tay phải, qua trường Cứu Thế, thấy văn phòng Caritas đóng cửa, Tường đi tiếp, nhẩn nha đi đến đường Lý Thái Tổ lúc nào không hay. Trước sau gì Tường cũng phải ghé thăm bố mẹ Nguyệt một lần.

Chàng dựng xe khóa cẩn thận, vừa lúc ông cụ nhìn thấy chàng, cụ vồn vã, mừng rỡ: "Vào đây anh, cứ nhắc tới anh hoài". Vừa ngồi xuống ghế thì bà cụ ở trong nhà bước ra : "Nói để anh mừng, chúng tôi vừa nhận được thư của em Nam. Em phải gửi vòng qua Pháp, rồi nhờ người thân từ Pháp gửi về". Ông cụ tiếp lời: "Nói để anh mừng, em nó đã học xong năm thứ hai. Sang năm học năm thứ ba, em vừa đi học vừa đi làm để có tiền trong ngân hàng thì việc bảo lãnh mới dễ dàng hơn."

Tường nói mấy câu chung vui với gia đình trong hoàn cảnh này.

Bà cụ ân cần nói: "Nhớ ngày nào nhờ anh xin được giấy không thiếu thuế, em nó mới đi chót lọt, vợ chồng chúng tôi vẫn nhớ ơn anh."

Bác ơi, con coi hai bác như bố mẹ con, làm được việc gì ích lợi cho hai bác thì chính con cũng rất vui. Chàng đang nói mấy lời thành thật thì Nguyệt trên lầu đi xuống, nàng nói như reo:

- Anh, mấy ngày nay mong anh quá. Trong thư Nam có nhắc đến anh và gửi lời cảm ơn anh.

- Ngày 15 tháng 6 là ngày cuối cùng phải đi trình diện. Con định sáng 15 vào khoảng 11 đến 12 giờ con sẽ đến trình diện tại trường Tabert bên cạnh bưu điện Sàigòn. Chàng vừa nói vừa xúc động, giọng run mỗi lúc một nhỏ lại. Mọi người đều im lặng không biết nói gì. Nguyệt lắng tai nghe và khẽ nắm lấy bàn tay anh:

- Bố mẹ em, muốn cùng anh ăn một bữa cơm gia đình, anh xem ngày nào cho em biết để em sửa soạn.

- Con nghĩ thời buổi này phải tiết kiệm, lúc này ăn uống đâu còn biết ngon gì. Chỉ là có dịp gặp nhau, nên hai bác cho ăn thì cứ có gì thì con ăn thứ đó, đừng bầy vẽ.

Bà cụ hỏi: "Vậy ngày nào tiện cho anh".

- Con còn phải chạy đi chạy lại xem kiếm thêm được đồng nào hay đồng ấy cho gia đình vì ngày 30-4 con chưa kịp lĩnh lương. Con phải lo mua một cái mùng, giầy bata rồi cùng với áo sơ mi, áo len dài tay, ngắn tay, nhuộm nâu hết, xong kiếm một cái túi đen hay nâu đựng vào. Giờ này đầu óc con rối bù, chưa lo được cái gì hết.

Tường nói một mạch, rồi dừng lại nhìn bố mẹ Nguyệt và đôi mắt chàng ngưng lại rất lâu trên khuôn mặt xinh đẹp của Nguyệt lúc này đang tràn đầy nước mắt.

Tường như nói riêng với Nguyệt: "Vậy chiều ngày 13 con đến thăm hai bác".

Nói xong, Tường từ giã ra về. Ông cụ đứng dậy bắt tay Tường không nói một lời nào. Nguyệt đưa chàng ra trước cửa. Tường cúi xuống mở khóa xe thì nghe Nguyệt nói nhỏ: "Ngày mai, 2 giờ chiều, anh đợi em trước cửa trường Gia Long".

Tường khẽ nói: "Anh nhớ."

Ngày kế tiếp, Tường dạy sớm, lau chùi xe Vespa và Honda. Hai đứa con thức dậy ra ngồi xem bố làm việc. Chàng nhìn hai con, lòng dào dạt thương yêu. Chàng lau chùi rất kỹ hai cái xe và biết rằng đây là lần cuối cùng chàng trông thấy và đụng chạm vào chúng vì không có tiền mua săng và có khi còn phải bán đi để lấy tiền nuôi con. Chàng biết chắc là tương lai chúng phải đổi chủ. Lau xong, Tường ăn cơm cùng vợ con, sau đó Tường tắm gội sạch sẽ rồi dắt xe đạp ra đi. Thấy hãy còn sớm, Tường tạt vào chỗ Cẩn sửa xe để điểm tin xem bạn nào thoát được, bạn nào kẹt lại. Chàng rất buồn vì đa số các bạn quân nhân cũng như dân sự đều kẹt lại và cũng sẽ lầm than như cuộc đời chàng.

Chàng nghĩ đến cái hẹn với Nguyệt, chàng hồi hộp, nôn nóng như hồi trẻ mới biết yêu. Chàng tự nhận là rất thương yêu Nguyệt, chàng thấy hợp với nàng từ đời sống tinh thần đến văn chương trong cõi nhân sinh. Chàng thấy Nguyệt có những suy nghĩ sâu sắc về đời sống và sẵn sàng hy sinh, yêu hết mình.

Chàng tới chỗ hẹn sớm hơn, chàng muốn tỏ rõ sự tôn trọng người bạn gái, không để nàng phải đứng đợi. Chàng cũng không phải đợi lâu, Nguyệt đến, nàng mặc áo đầm dài tới đầu gối, mầu xanh da trời điểm hoa trắng. Chàng nhớ lần đầu tiên nhìn thấy Nguyệt mặc áo đầm này trong trường Luật. Chàng đã nhìn thật lâu và kêu lên "đẹp quá". Lúc đó hai người chỉ mới biết nhau, chưa thân thiết. Nguyệt thấy Tường khen một cách thành thực và thái độ trang nghiêm nàng quay lại mỉm cười: "Cảm ơn anh". Và từ đấy hai người thân nhau và yêu nhau như một định mệnh. Tường thì rụt rè vì nghĩ rằng mình đã có gia đình rồi.

Nguyệt trái lại yêu say đắm, nàng xa dần nhóm học chung, có mấy chàng sinh viên săn sóc nàng. Hôm nào không thấy Tường lại lấy tài liệu học là nàng thấy nhớ bâng khuâng.

Nguyệt đạp xe đến trước mặt Tường: "Đi theo em."

Tường để cho nàng đi trước rồi chạy xe theo sau. Tường không muốn người bên đường chú ý đến chàng đang được hạnh phúc đi song song với một cô gái đẹp. Nguyệt đi dọc theo đường Yên Đổ, đến đầu đường Trần Quang Khải, nàng rẽ vào một cư xá và dừng lại trước căn nhà quét vôi trắng, lấy chìa khóa mở cửa, đem xe đạp vào trong nhà, Tường ríu ríu làm theo. Nguyệt khóa cửa và giải thích: "Căn nhà này là của người anh họ, ông ấy là không quân, trước khi đem cả gia đình vào căn cứ chờ máy bay đi, anh ấy đem chìa khóa đưa cho bố em để muốn lấy gì thì lấy, nhưng bố em đâu còn thiết gì."

Nguyệt mở tủ lạnh thấy có nước ngọt, có

trái cây. Nàng nghĩ chẳng muốn ăn. Nàng dắt Tường đi quanh nhà, từ phòng khách sang nhà bếp, phòng mấy đứa con nít, đồ chơi, xe lửa, game để đầy sàn nhà, nàng kéo Tường đẩy cửa một phòng lớn bên cạnh tủ lạnh và nói: "Đây là phòng ngủ của anh chị em."

Tường thấy phòng ngủ ngăn nắp, gối chăn còn sạch sẽ thơm tho. Nàng kéo Tường ngồi xuống bên giường và nói: "Sao anh không nói gì?"

Tường cười: "Em muốn anh nói gì? Bên em anh thấy hồi hộp và sung sướng quá".

Nguyệt kéo gối nằm ngả xuống giường: "Anh nằm xuống đây với em. Mình ở với nhau đến tối."

Tường nằm xuống cạnh Nguyệt, nàng kéo gối cho Tường và ngồi dạy cởi áo đầm gấp lại cẩn thận để lên đầu giường, nàng kéo tấm drap phủ lên thân hình lúc này chỉ còn quần áo lót mầu xanh biếc, đẹp vô cùng.

Nàng nói: "Anh cởi quần áo gấp lại kẻo chốc nữa nhầu hết."

Tường lại ríu ríu làm theo. Nàng khẽ nói: "nằm xuống đây với em". Nàng kéo drap đắp cho cả hai người.

Cả hai nằm im, lắng nghe tiếng hát từ xa vọng lại, tiếng hát Thanh Lan: "Kiếp nào có yêu nhau . Thì xin tìm đến mai sau. Hoa xanh kia chưa nở. Tình xanh kia chưa lo sợ..." Nguyệt sẽ hát theo rồi nàng nói, giọng đấy nước mắt: "Thì xin tìm đến mai sau" Chúng mình làm gì còn có mai sau. Nguyệt thì thầm: "Hai bài thơ của Minh Đức Hoài Trinh mà Phạm Duy phổ nhạc là hai tuyệt đỉnh của bà, nghe sao mà buồn bã thương đau". Rồi Nguyệt sẽ hát: "Đừng bỏ em một mình. Trời lạnh quá sao anh đành bỏ em." Nguyệt khóc oà lên, nước mắt đầm đìa. Một lát nàng nói: "Em xin lỗi anh, cho em khóc vì em biết không còn lần nào em được khóc bên anh nữa."

Tường đau đớn và thương Nguyệt vô cùng, chàng kéo Nguyệt vào ngực chàng, lấy tay xoa lưng nàng và nói: "Tội nghiệp em tôi; thật là thiệt thòi cho em."

Nàng nói: "Tội nghiệp thì có thể. Nhưng tại sao anh lại nói thiệt thòi cho em. Em tự nguyện yêu anh, tự nguyện tất cả."

Rồi Nguyệt thì thào: "Mình hôn em đi."

Tường nhẹ nhàng ôm lấy khuôn mặt Nguyệt vào hai bàn tay, chàng hôn lên mái tóc, hôn lên trán, hôn lên đôi mắt còn thấy vị mặn của nước mắt và chàng tìm xuống đôi môi, chàng lặng lẽ hôn rất lâu, ngửi rõ mùi thơm của sáp son, Chàng hôn xuống cổ và cởi áo nit ngực, chàng úp mặt vào ngực Nguyệt, ngửi thấy mùi thơm nồng nàn của da thịt quyến rũ vô cùng.

Nguyệt khẽ nói : "Yêu em đi". Và nàng cởi quần lót. Tường cũng vội cởi quần và quấn lấy Nguyệt. Chàng nghe Nguyệt rên nhè nhẹ, chàng càng thấy hứng khởi chinh phục nàng. Chàng rất nhẹ nhàng êm thấm đi sâu vào người nàng. Nguyệt rên lên, hai tay xiết chặt lưng chàng. Tường vừa yêu vừa hôn lên mặt lên môi Nguyệt. Tiếng rên khe khẽ của Nguyệt khiến Tường cảm thấy hai người như bay bổng, một sự rung động hết sức lạ lùng chạy khắp thân thể, Nguyệt khẽ rên từng chặp và nói: "Anh ơi! Anh ơi". Tường lại ôm chặt lấy Nguyệt và đi sâu vào người nàng. Một lúc lâu sau, Tường khẽ nằm nghiêng, ôm lấy ngực Nguyệt. Lúc đó chàng mới nhìn thấy trên ngực Nguyệt bên trái có một vết son tươi thắm nhỏ bằng móng tay út, đỏ rực rỡ trên ngực trắng hồng xinh đẹp, chàng ghé môi xuống hôn. Nguyệt lấy tay ghì đầu chàng vào ngực và hỏi.

- Anh thấy vết son lạ không?

Tường ngẫm nghĩ một lúc rồi trả lời: "Đó là chiếc lá bàng đỏ rơi trên đồi một buổi sáng mùa xuân."

"Ôi anh của em là một thi sĩ, em sẽ nhớ mãi câu nói này của anh". Nguyệt nói xong là nhắm mắt lại, vẻ mặt sung sướng đi vào giấc ngủ. Tường kéo drap đắp cho người yêu, lúc đó chàng mới có thời gian ngắm kỹ thân thể người yêu, hai đùi thon dài trắng đẹp, khép lại, da bụng căng mịn. Tường nghĩ đến phút ân ái đã qua là một trời hạnh phúc. Nguyệt thở nhẹ nhàng đi vào giấc ngủ ngon. Tường nằm xuống bên cạnh và cảm thấy bay trong không khí mùi thơm da thịt của Nguyệt và Tường chìm trong không khí ngọc ngà đó.

Hai người ngủ được một lúc lâu, Tường thức dậy trước, đang ngắm nhìn Nguyệt thì Nguyệt mở mắt, nàng lấy hai tay ôm lấy má Tường: "Yêu em đi"

Trong lòng Tường cũng đang muốn ân ái một lần nữa, được lời Nguyệt nói. Tường êm ái nằm trên người Nguyệt, chàng từ tốn và muốn yêu thật lâu, muốn cho Nguyệt hưởng trọn vẹn sự ân ái.

Lần ân ái này cả hai người quấn lấy nhau như không muốn rời nhau ra. Niềm hạnh phúc ân ái khiến hai người rời nhau ra rồi lại vội vàng ôm lấy nhau cho đến khi Nguyệt nhìn thấy ánh đèn điện hắt vào phòng, nàng tiếc rẻ nói: "Mình phải về thôi anh ơi".

Khi hai người ra khỏi nhà thì đèn đường cũng đã bật sáng. Nguyệt khóa cửa xong nói với Tường: "Anh để em đi khuất đầu đường rồi anh hãy đi. Đừng đi theo em nữa, nếu không em sẽ khóc mất"

Tường làm đúng theo lời yêu cầu của Nguyệt. Chàng đạp xe từ từ và nghĩ đến những phút ân ái vừa qua, chàng cảm thấy rất hạnh phúc, sung sướng. Nhưng đột nhiên Tường cũng thấy lo lắng. Đúng, chàng lại bật thốt lên: "Tội nghiệp em tôi". Phải, tội nghiệp quá đi chứ. Nếu Nguyệt có thai trong hoàn cảnh này thì làm sao nuôi con và nói sao với bố mẹ. Tường nghĩ đến đấy chỉ biết thở dài: "Tội nghiệp em tôi."

☙

Những ngày kế tiếp, ngoài việc thu xếp nhà cửa, đón bà nội đến chơi với các cháu, dặn dò vợ những điều cần thiết, chàng mua một ít phong bì, phía ngoài bìa có vẽ hình nước VN, nếu trường hợp được viết thư về nhà, chàng lấy kim đục một lỗ trên bản đồ, ở nhà sẽ biết đại khái chàng đang ở đâu. Chàng cho biết có những người bạn là Hạ sĩ quan chỉ đi học tập ngắn hạn, họ sẽ ghé nhà, cần gì nói với họ, và chàng cũng đã dặn bạn bè.

Những ngày còn lại chàng cố gắng kiếm thêm được đồng nào hay đồng ấy thì càng tốt.

Thấm thoát đã đến ngày 13 tháng 6, buổi sáng, chàng ở nhà chơi với các con và chờ khách đến đổi tiền hoặc vàng. Vào lúc chiều, chàng dắt xe đi, dặn vợ không ăn cơm nhà, đến bạn có việc. Chàng đi một vòng xem có mối gì không, khoảng 5 giờ chiều, chàng đến nhà ba má Nguyệt.

Mọi người đang chờ chàng, ân cần đón tiếp khiến Tường rất cảm động.

Nguyệt bầy thức ăn lên bàn, hai món mà chàng rất thích. Cải chua và thịt đông. Canh cua rau cải ăn với cà. Món tráng miệng là bánh chuối. Chàng ăn thật tình không khách sáo.

Chuyện trong bữa cơm nhắc đến đi trình diện học tập, mọi người đều lo lắng. Tường nói sang chuyện vui đề cập tới việc bảo lãnh trong tương lai, cũng phải vài năm nữa. Có hy vọng thì mới sống được.

Khi ra về, ông cụ ôm lấy Tường chúc mạnh khoẻ, may mắn. Bà cụ gói bánh chuối bảo đem về cho cháu. Tường cám ơn và Nguyệt tiễn chân chàng. Trời đã tối và ánh đèn cũng le lói. Nguyệt thấy ngõ vắng, ôm chặt lấy Tường. Hai người hôn nhau. Nguyệt nói: "Mấy hôm nay em đã có kinh, anh yên tâm nhé. Em cũng yên tâm. Nói mạnh với anh, chứ em cũng thấy lo. Có rồi, em cũng an lòng, hết thiệt thòi cho em nhé." Nói xong Nguyệt lại ôm lấy Tường, hôn chàng không muốn dứt.

Tường lên xe đi, quay đầu lại vẫn thấy Nguyệt đứng đó. Chàng biết là Nguyệt đang khóc. Chàng nói một mình "Tội nghiệp em tôi!"

Suốt buổi sáng ngày 15, chàng ở nhà với vợ con. Những điều cần nói hai vợ chồng đã nói với nhau rồi. Chàng bế đứa con gái vào lòng, xoa đầu đứa con trai, vợ chàng ngồi bên cạnh nước mắt lưng tròng. Mẹ chàng xuống chơi mấy hôm nay đang bế thằng Út, đôi mắt già hoen lệ. Mẹ nói: "Không phải mấy tháng đâu con ơi, những người ở lại miền Bắc sau 54 đã bị đầy lên mạn ngược cả mấy chục năm."

Đến 10:30 sáng, bố vợ đưa chàng ra ngõ, vợ chàng bế thằng thứ hai, tay dắt đứa con gái đi theo. Thuê chiếc xích lô máy, hai bố con đi. Tường vội vàng nắm tay vợ, hôn hai con rồi lên xe ngồi bên cạnh bố vợ. Xe chạy, chàng còn quay lại nhìn, chàng thấy hai con đưa tay vẫy. Xe đến bưu điện, bố vợ trả tiền xe, và ghé hàng thuốc lá mua cho con rể mấy gói Ruby. Chàng đứng cạnh bố vợ một lúc rồi nói: "Thôi con đi, cậu trông nom các cháu dùm con." Bước qua đường, dừng quay lại nhìn bố vợ, lúc đó chàng mới để ý sau lưng bố vợ là Nguyệt đang ngồi trên xe đạp, tay đang vẫy vẫy chàng. Chàng vẫy lại một lát rồi quay lưng đi vào cổng trường. Chàng nghĩ thầm: "Bắt đầu những ngày khổ nhục của người lính thua trận."

Cuối đường là ngục tù!

Phạm Trọng Sách
Viết xong ngày 2 tháng 3 năm 2021

NGỤC TÙ

Ngày 15 tháng 6, 1975 Tường đi trình diện "tù cải tạo" tại trường Tabert. Số sĩ quan trình diện rất đông vì là ngày chót. Trên mấy tầng lầu đông nghẹt. Tường đi lên lầu và có ý định tìm một chỗ để lát nữa nằm ngủ. Chàng nghe tiếng một sĩ quan nói: "Cái con mặc quần áo MTGP đeo súng lục là đứa giúp việc nhà tôi, nó nằm vùng bây giờ mới ló mặt". Tường thở dài, miền Nam tự do và rộng lượng quá, nên bị VC lợi dụng. Bây giờ hối thì cũng đã muộn rồi. Mọi người đều hy vọng, nay hoà bình, chắc là học tập ít ngày xong rồi về ….

Tường nhớ lại hình ảnh ông bố vợ, tóc bạc phơ, đứng nhìn theo con rể không nói một lời. Đằng sau phía xa là Nguyệt, tay vẫy vẫy chàng. Ôi tội nghiệp em tôi. Cuộc đời sẽ xô đẩy em về đâu!?

Hình ảnh vợ chàng bên đứa con gái đang khóc và thằng con trai miệng méo xệch gọi "Bố" khi chàng bước lên xe xích lô máy . Tất cả những hình ảnh đó đi theo chàng với một nỗi buồn khôn nguôi…

Nửa đêm, tất cả tập họp và lên xe bít bùng, xe chạy vòng vòng trong đêm khuya, cuối cùng đổ xuống trại gia binh cũ ở Long Giao.

Trại chỉ còn có cái mái và những bức tường. Mọi vật dụng từ hòn gạch đến mái tôn đều đã bị gỡ sạch. Tù cải tạo, từng tốp trên mười người vào một căn nhà, tự tìm hòn gạch, miếng ván để tạo chỗ ngủ cho mình.

Nơi đây học 10 bài chính trị với đường lối khoan hồng của cách mạng, về ngụy quân, ngụy quyền và đế quốc Mỹ. Tù chưa phải đi lao động, thỉnh thoảng đi khiêng gạo, đi kiếm củi. Gạo ở trong mật khu để lâu đã mốc, vón thành cục, bây giờ cho tù cải tạo ăn. Khi vo gạo thấy cả sâu và rã ra thành bột ....

Học xong một bài lại "thâu hoạch", đó là một cách tự lên án mình, bố mẹ mình, bạn bè mình. Đâu có ai ngây thơ mà làm theo ý của chúng. Trái lại, nhân dịp này, các sĩ quan tác chiến như Bộ binh, Nhẩy dù, Thuỷ Quân Lục

Chiến, đã kể lại những trận đánh lừng danh trong chiến sử, khiến bọn cán bộ tức giận mà không làm gì được.

Đến đêm, để khuây khoả nỗi buồn nhớ nhà, nhớ vợ con, các bạn tù, nằm trong bóng tối, kể chuyện tâm tình, kể chuyện tiếu lâm. Ở "lán" (nhà tù) cuối, hàng đêm Dũng kể chuyện kiếm hiệp của Kim Dung, anh nhớ từng tên nhân vật, từng thế võ, với giọng nói người Hà nội chính cống, anh đã du hồn người nghe vào những trận đấu kiếm và những mối tình trong võ lâm mà vẫn đậm tính lãng mạn.

Mọi người trong "lán" chỉ mong đến tối để được nghe anh kể chuyện. Mấy tên vệ binh VC, tối đi tuần cũng đứng ngoài "lán", ôm súng mà nghe say mê.

Anh Dũng là Trần Xuân Dũng, Y sĩ Thiếu Tá Thủy Quân Lục Chiến. Tường và Dũng là bạn học, cùng đỗ Tú Tài năm 1959. Dũng theo học Y khoa, tốt nghiệp và phục vụ binh chủng Thủy Quân Lục Chiến. Tường theo Khoa học, được nửa năm, vì hoàn cảnh gia đình, chàng phải bỏ học để đi dạy học. Nửa tuần dạy ở Saigon tại trường Quốc Anh trên đường Công Lý và Trung tâm Luyện thi của anh Bùi Khắc Tiệp ở Chi Lăng. Còn nửa tuần dạy tại trường

Duy Tân của Cha Phạm Tuấn Tri ở mãi tỉnh Kiến Hoà.

Năm 1965, từ quân đội, Tường được biệt phái về Uỷ ban Hành Pháp Trung Ương rồi về Bộ Thông Tin.

Một buổi sáng, chàng đứng trên lầu nhìn xuống thấy Dũng, chàng mừng rỡ chạy xuống gọi Dũng. Hai người cùng học CVA, từ ngày ra trường nay mới gặp lại nhau, mừng rỡ vô cùng. Dũng đến để làm thủ tục kiểm duyệt tập thơ của anh. Anh là bác sĩ và cũng là thi sĩ. Từ đấy hai người có dịp gặp lại nhau. Trần Xuân Dũng có người anh ruột cũng là bác sĩ, chuyên khoa giải phẫu tiểu nhi là Trần Xuân Ninh. Anh coi Tường như em ruột. Tháng 4 năm 1975, anh gọi Tường đến cho thuốc và một trăm ngàn đồng. Vào thời điểm tháng 4, lúc bấy giờ, thuốc Tây và tiền là 2 thứ quý giá và cần thiết, vậy mà anh đã thương và cho Tường, đủ biết lòng anh thương em đến mức nào. Trong lòng Tường lúc nào cũng nhớ đến ân tình đó.

Ở Long Giao ít lâu thì chuyển về Suối Máu, nơi đây Dũng và Tường ở hai "lán" khác nhau nhưng cùng một trại nên hai anh em thường xuyên gặp nhau. Thời gian này không phải đi lao động.

Ngày 15 tháng 6, 1975 đến Long Giao, bây giờ đã sang tháng 2/1976, đã quá xa thời hạn 3 tháng, mà mọi người tù cải tạo cùng gia đình tin rằng sẽ được về. Hàng ngày có toán thì đi khiêng gạo, toán thì đi lấy rau ngoài trại, đều có vệ binh đi kèm, không cho giao tiếp với dân chúng. Các toán này đi về, cho anh em biết thấy các bà vợ, hoặc thân nhân của tù cải tạo đứng đằng xa để nghe ngóng tin tức của chồng hoặc của anh em.

Cuối tháng 1 đầu tháng 2 năm 1976 là Tết Nguyên Đán năm Bính Thìn. Theo lệnh, trại thành lập ban Văn nghệ, các bài hát của miền Bắc được tập dượt. Đêm văn nghệ được tổ chức để đón xuân. Anh Hoàng Đình Ngoạn, sĩ quan khoá 17 Võ Bị Đà Lạt lên hát bài Bắc Sơn, một ca khúc nổi tiếng thời kỳ kháng Pháp. Tù cải tạo vỗ tay vang lừng và hô "Bis, Bis". Hoàng Đình Ngoạn trở lại sân khấu hát bài Ai Lên Xứ Hoa Đào. Nửa chừng, cán bộ bắt ngưng. Ngày hôm sau, Ngoạn bị gọi trình diện. Anh về kể lại: "Cán bộ văn hoá nói: Mọi người hô Bis Bis, nghĩa là họ muốn anh hát lại bài hát đó một lần nữa, tại sao anh lại lợi dụng để hát nhạc vàng!".

Lúc này chưa phải đi lao động, người thì đánh cờ tướng, người thì mài rũa làm lược, ống điếu nhôm, người thì học tiếng Tầu... Tường thì học tiếng Đức do Dũng dậy. Thầy trò làm việc rất nghiêm túc. Những bài học đều do Dũng viết tay, từ ngắn đến dần dần dài thêm. Là bác sĩ nhưng chữ Dũng viết rất đẹp, tròn trịa, rõ ràng mà lại bay bướm. Phải thuộc bài, mới học sang bài khác. Tường nhớ giọng nói của Dũng, nhất là nụ cười, không mở rộng môi mà cũng không mím chặt, khiến người đối diện cảm thấy thân thiện mà vẫn nghiêm trang. Văn phạm tiếng Đức là một trong những sinh ngữ khó nhất trên thế giới. Thời gian này hai người bạn càng thân thiết và thương mến nhau trong hoàn cảnh tù đầy. Tường học tiếng Đức đã có thể đọc những truyện trẻ con bằng tiếng Đức. Sau này, thầy một nơi, trò một ngả. Tường đem những bài học ra tận Hoàng Liên Sơn, ngoài Bắc, dạy cho bạn cùng tù. Một hôm bị vệ binh bắt gặp, tịch thu, tiếp theo là thời gian đói khổ khiến Tường dần dần quên hết. Chữ thầy trả lại thầy.

Thời gian này, nhất là những ngày gần Tết và sau Tết, mọi người đều nhớ nhà vô cùng. Phạm Kế Viêm, giáo sư, ở cùng lán với Tường, suốt ngày xem Tử Vi, theo Viêm, tử vi của các bạn mà Viêm coi đều có dấu chỉ đi về miền Bắc. Mọi người nghe vậy càng lo lắng và càng nhớ nhà hơn.

Mọi người phải thú nhận với nhau là nhớ vợ một phần thì nhớ con nhiều phần, nhất là những đứa con mới 4, 5 tuổi, nhớ những dáng điệu đi đứng, tiếng nói gọi bố, gọi mẹ, bi bô, sao mà dễ thương thế. Từ lúc khóc, lúc mếu, lúc cười với những cái răng sữa trắng nõn. Mọi người gần như thuộc lòng bài "Nhớ Con" của Trương Minh Dũng:

Dép ngược

Cho con Nhân Kiệt

Bố ở trong tù bố nhớ con.
Đêm mơ ôm bé ngủ trong lòng
Ngoài kia con có đòi ăn bánh
Như những ngày xưa có bố không?

Tiếng sáo nào len qua kẽm gai?
Hình như trăn trở ở bên ngoài
Bố thèm một chút men ngày cũ
Có bé thơ bên chén rượu đầy.

Tội bố nhiều ghê! Đáng tử hình
Người ta buộc thế, bố làm thinh
Ngày mai suôi gió con cùng bố
Ra tận ngoài kia hỏi tội mình.

*Tết ở trong tù bố nhớ con
Ngoài kia Xuân có chút gì không?
Có tia lửa lạ nào không bé?
Đốt hộ giùm chim những chiếc lông.*

*Bố nhớ con nhiều lắm bé ơi
Con mang dép ngược bố la hoài
Bên này chân trái thành chân phải
Chân lý bây giờ cũng thế thôi.*

Trương Minh Dũng

Một biến cố đau thương đã diễn ra ở đây. Ba sĩ quan vượt ngục bị bắt lại. VC đào sẵn ba cái huyệt, sau đó ra vẻ dân chủ, tạo một toà án, có công tố buộc tội, mà không có luật sư bào chữa. Tất cả các lán trưởng cũng là tù cải tạo đại diện lán, đều phải tham dự toà án. Toà kết tội tử hình, sĩ quan bị án, hô to "Việt Nam Cộng Hoà Muôn Năm". Đang hô nửa chừng bị vệ binh bịt miệng, đem bắn ngay và đẩy xác xuống ba hố đã đào sẵn. VC bắn ba sĩ quan để dằn mặt các người tù cải tạo khác và sau đó ít lâu thì bị chuyển ra Bắc.

Đang đêm, Tường và các bạn cùng lán bị đánh thức dậy, gọi tên ai thì người đó mang đồ đạc cá nhân ra sân tập hợp. Gọi đến tên Tường, chàng ra sân cùng các bạn tù. Sau đó xếp hàng lên xe bít bùng, di chuyển ra New Port để lên tầu Sông Hương. Tường còn nhớ, có một bạn tù khi đi trên mảnh ván bắc nối bờ với con tàu đã bị ngã xuống dòng sông, mọi người tù vội vàng cứu bạn thì bị VC cản lại và để người đó chết dưới lòng sông.

Tất cả tù đều bị dồn xuống hai hầm tầu, một ở phía mũi tầu và một ở phía đuôi.

Hàng trăm người bị nhốt dưới hầm tầu chỉ rộng bằng một cái sân bóng chuyền. Tường không thấy Dũng. Tường âm thầm cầu mong Dũng vì nghề nghiệp không có trong đám tù lưu đầy này. Tù lúc nhúc trong hầm này chỉ đủ chỗ cho mọi người ngồi bó gối. Hầm dơ bẩn, ngạt hơi. Tường đau buồn chảy nước mắt nghĩ tới thân phận của kẻ chiến bại phải chịu đựng nhục nhằn, phải chấp nhận đớn đau....

Tầu đi được một đêm một ngày thì đã ra đại dương, mấy sĩ quan hải quân mới đầu nghĩ là ra Côn Đảo. Đến ngày thứ hai thì chắc chắn là đi ra Bắc, đúng như anh Phạm Kế Viêm xem tử vi.

Đoàn tù bị say sóng, ngạt hơi, và dơ bẩn, một người đã tắt thở, bỏ xác xuống biển. Mọi người tiêu tiểu vào chung một cái thùng. Mỗi lần gió biển, thuyền chao đảo thì phân và nước tiểu văng ra cả hầm. Tù cải tạo hứng chịu tất cả những hôi thối đó. Trong hoàn cảnh đó, vẫn phải ăn, để mà sống, dù biết rằng, miếng ăn là miếng nhục, và để ân hận đã không giữ được đất nước, nước mất nhà tan....

Vào một buổi tối thi tầu cặp bến cảng, không biết là Vinh hay Hải Phòng. Tù lê tấm thân bẩn thỉu lên bờ. Một toán bộ đội có chó săn đón tù. Lần lượt tù đi qua một dãy bàn có y tá mặc áo choàng trắng, mỗi tù nhân được chích một mũi thuốc để trừ các bệnh truyền nhiễm. Một toán tù tiếp tục di chuyển bằng xe lửa. Toán của Tường ở lại đêm tại bến Cảng, bị dồn vào một kho trống. Gần kho có một hố lớn do bom, đầy nước. Toán của Tường được phép tắm gội. Đoàn tù cởi quần áo, giặt giũ tắm rửa sau những ngày dưới hầm hôi thối. Sáng hôm sau, nhìn xuống hố nước thấy phân người nổi lều bều. Vậy mà tối hôm qua đã sung sướng được tắm gội trong hố nước này.

Mọi người lại xếp hàng lên tầu hỏa, vẫn lên toa của súc vật, vẫn chỉ có đủ chỗ ngồi bó gối. Trên sàn tầu vẫn rải rác phân trâu bò, mùi hôi thối cũng không thua gì hầm tầu thủy. Tù lên toa xong. Đóng cửa toa, chỉ chừa một hai cái cửa sổ nhỏ xíu bằng một bàn tay có lưới sắt đan. Hơi nóng và phân trâu bò bốc lên dày đặc trong toa. Mọi người luân phiên nhau để sát đầu vào cái lỗ cửa sổ hít không khí bên ngoài. Tường ngồi bó gối bên cạnh một sĩ quan còn rất trẻ, một bên đùi anh bị thương, băng còn đầy máu, anh cho biết, anh đang nằm ở bệnh viện Cộng Hoà thì bị bắt đưa vào trại cải tạo. Nhiều lúc anh đau đớn, cắn môi chịu đựng, không một tiếng than. Ai chịu trách nhiệm nỗi đau rớm máu của người sĩ quan trẻ tuổi này!?

Tầu chạy một đêm một ngày thì dừng lại cho tù được ra ngoài toa thở không khí, lúc đó thì được tin một Trung tá đã chết vì ngạt thở. Tầu dừng lại giữa đồng không mông quạnh. Tường và đa số tù ngồi bó gối quá lâu trong toa không sao đứng dậy mà đi được, nên cố bò trườn ra cửa toa và thả người rơi xuống đất ngay bên bờ ruộng. Gục đầu xuống uống nước ruộng. Tường cảm thấy sao mà nước ruộng lại ngọt đến thế. Tường vốc nước lên người, lên đầu, rửa những chỗ dính phân, lúc đó Tường mới nhìn xung quanh, thấy dân ở đó là người thượng du, dân tộc thiểu số và Tường mới hiểu rõ câu hát của Phạm Duy: "Có người bừa thay trâu cày". Tường nhìn thấy hai người đi trước kéo một cái bừa do người đi sau lái. Quang cảnh đìu hiu, buồn tẻ không có một sức sống.

Những người tù lại tiếp tục lên tàu, tiếp tục ngạt hơi, tiếp tục bó gối, tiếp tục nghe còi tầu buồn bã, tiếp tục nghe tầu nghiến trên đường sắt và tiếp tục nghe những đoạn trường của người tù lưu xứ....

Đến buổi tối thì tầu dừng lại, tất cả người tù xuống đất, rời toa súc vật. Lúc đó Tường thấy tầu đỗ lại một nhà ga bên cạnh con sông. Tường nghe loáng thoáng bộ đội nói sông Lô và bến Đoan Hùng. Tù bắt đầu đi phà qua sông. Khi trời bắt đầu hừng sáng. Tù xếp hàng lên xe Molotova, một loại xe vận tải mui trần của Liên Xô. không ghế ngồi, tù lại ngồi chen chúc với nhau.

Chuyến xe lửa ngục tù đó được hai thi sĩ tả lại trong hai bài thơ dưới đây. Một của Nguyễn Vũ Văn và một của Tô Thuỳ Yên

Tàu đêm

Tàu đi đêm ấy trăng tàn,
Trong toa súc vật ngổn ngang lũ người.
Tàu đi nghiến sắt rụng rời,
Nghiến tan giấc ngủ, nghiến tơi linh hồn.
Lưng đau sàn nhảy dập dồn,
Vùi thân Do Thái, mặc con sóng đời.

Quê hương xa lạ bồi hồi,
Giơ tay xiềng xích đón người tù xa.
Tàu đi tiếng sắt khóc oà,
Núi rơi, biển vỡ, nhấp nhô đường rầy.
Rập rình ngọn súng lưng vai,
Bóng người hay quỷ diêm đài theo chân.
Ga nào rờn rợn mộ phần,
Đèn riu riu, gió âm âm nửa vời.
Tàu đi lê bánh mệt nhoài,
Ai xô một lũ quan tài xuống thang.
Hồi còi đồng vọng đau thương
Sao rơi buốt lạnh, bụi sương nặng nề.
Tàu đi hun hút li bì,
Hận thù dằng dặc chạy thi với tàu.
Tàu đi tuột khỏi địa cầu,
Đêm sâu há miệng cuốn tàu nuốt trôi.

Nguyễn Vũ Văn - CVA 59

Tàu đêm

Tô Thùy Yên

Tàu đi. Lúc đó, đêm vừa mới
Lúc đó, sao trời đã ngủ mê Tàu rú.
Sao ơi, hãy thức dậy
Long lanh muôn mắt tiễn tàu đi.

Thức dậy những ai còn sống đó
Nhìn ra nhớ lấy phút giây này
Tàu đi như một cơn giông lửa
Cuồn cuộn sao từ ống khói bay.

Cảnh vật mơ hồ trong bóng đêm
Dàn ra một ảo tưởng im lìm
Ù ê những ngọn đèn thưa thớt
Sáng ít làm đêm tối tối thêm.

Bến cảng, nhà kho, những dạng cây
Chưa quen mà đã giã từ ngay
Dẫu sao cũng một lần tan hợp
Chớ tiếc nhau vài cái vẫy tay.

Tàu đêm lúc nhúc hồn oan khốc
Đèn bão mờ soi chẳng rõ ai
Ta gọi rụng rời, ta thất lạc
Ta còn chẳng đủ nửa ta đây.

Người bạn đường kia chắc chẳng ngủ
Thành tàu sao chẳng vỗ mà ca?
Mai này xô giạt về đâu nữa
Đất lạ ơi, đừng hắt hủi ta!

Đất lạ, người ta sống thế nào?
Trong lòng có sáng những trăng sao
Có buồn bã lúc mùa trăn trở
Có xót thương người qua biển dâu?

Tàu đi như một cơn điên đảo
Sắt thép kinh hoàng va đập nhau
Ta tưởng chừng nghe thời đại động
Xô đi ầm ĩ một cơn đau.

Ngồi đây giữa những phân cùng bụi
Trong chuyển dời xung xát bạo tàn
Ta trở thành than, thành súc vật
Tiếng người e cũng đã quên ngang.

Ta nghe rêm nhói thân tàn rạc
Các thỏi xương lìa đụng chỏi nhau
Nghe cả hồn ta bị cán nghiến
Trên đường lịch sử sắt tuôn mau.

Dường như ta chợt khóc đớn đau
Lệ nóng cường toan cháy ruột gan
Lệ chảy không ra ngoài khoé mắt
Nghẹn ngào đến cả tiếng than van.

Giá ta có được một hơi thuốc
Dẫu chỉ là hơi thuốc mốc thôi
Để phả cho hồn ấm tỉnh lại
Để nghe còn sự sống trên môi.

Ta nhớ dăm ba hình ảnh cũ
Lờ mờ như nhớ lại tiền thân
Đời ta khi trước vui vầy thế
Bỗng thảm thương nghìn nỗi ngói tan.

Đem thân làm gã tù lưu xứ
Xi xoá đời ta với đất trời
Ngàn dặm lìa tan tình cố cựu
Bàng hoàng thân thế cụm mây trôi.

Đã mấy năm nay quần quại đói
Thèm ăn như đứa trẻ con nghèo
Mẹ ơi, con nhớ thời thơ dại
Nhớ miếng ăn mà mẹ chắt chiu.

Liệu còn một bữa cơm đầm ấm
Bên ánh đèn đoàn tụ vợ con
Chia sẻ chút tình cay mặn cũ
Miệng không ngon cũng lấy làm ngon.

Tàu đi khoan xoáy sâu đêm thép
Tiếng nghiến ghê người, thác lửa sa
Lịch sử dường như rất vội vã
Tàu không đỗ lại những ga qua.

Ôi những nhà ga rất cổ xưa
Dường như ta đã thấy bao giờ
Đến nay người giữ ga còn đứng
Đèn bão đong đưa chút sáng mờ.

Tàu quanh những ruộng đồng châu thổ
Hiu hắt làng xa mấy chấm đèn
Đêm ở nơi đây buồn lặng lặng
Cái buồn trải nặng mặt bằng đen.

Hỡi cô con gái trăng mười bốn
Đêm có nằm mơ những hội xuân
Đời có chăng lần cam dối mẹ
Nhớ thương nào giấu thắm vành khăn?

Có lúc tàu qua những chiếc cầu
Sầm sầm những nhịp động đều nhau
Dưới kia con nước còn thao thức
Bát ngát đềnh lên bãi sậy sầu.

Có lúc tàu qua những thị trấn
Mà đêm đã gói lại im lìm
Tàu qua, âu cũng là thông lệ
Nên chẳng ai buồn hé cửa xem.

Ôi những nỗi sầu vô dạng ấy
Gọi ta về với những đêm vui...
Ở đâu đèn sáng như châu ngọc
Đường phố người chen chúc nói cười.

Ở đâu mộng ảo vườn sao tụ
Yến tiệc bầy trong những khóm cây
Ta rót mừng em ly rượu đỏ
Mà thôi, chớ nhớ nữa, lòng ơi!

Mà thôi, hãy nuốt lệ còn nghẹn
Tỉnh thức, lòng ơi, nhìn tận tường
Thời đại đang đi từng mảng lớn
Rào rào những cụm khói miên man.

*Người bạn đường kia chắc còn thức
Mong tàu đi đến chỗ đêm tan
Có nghe lịch sử mài thê thiết
Cho sáng lên đời đã rỉ han.*

*Tàu ơi, hãy kéo còi liên tục
Cho tiếng rền vang dậy địa cầu
Lay động những tăng mê sảng tối...
Loài người hãy thức, thức cùng nhau.*

Tô Thuỳ Yên (1980)

Tù tiếp tục di chuyển bằng xe vận tải mui trần, đó là sự cố ý để khi xe đi ngang những bản thượng, thì đàn bà, trẻ con đứng hai bên đường thi nhau ném đá, hay bất kể thứ gì lên đầu lên cổ, lên người các tù nhân. Tù chỉ biết cúi đầu, hai tay che chắn chịu đựng. Có người tù bị vỡ đầu, sứt trán, đổ máu mũi....

Sau này khi đi lao động, các tù nhân tiếp xúc với dân chúng, thông cảm nhau, mới biết là dân chúng đã được "học tập" phải ném đá tù nhân.

Đoàn xe vận tải đổ tù xuống rừng bên dãy Hoàng Liên Sơn. Tù lần lượt chặt cây, chặt trúc, đốn nứa dựng trại, làm nhà để tự nhốt mình. Bắt đầu bị lao động thật sự. Phải nói rằng bị cưỡng bách lao động quá sức người, trong âm mưu thâm độc giết người bằng thủ đoạn đói khát, cực khổ, để đánh lừa quốc tế ngờ nghệch, để có tiếng nói rằng đã khoan hồng tha chết!

Một trại tù có nhiều nhà (lán), mỗi lán có khoảng chừng 50 người. Mỗi lán có nhiệm vụ khác nhau.

Có lán phải đi phá rừng, lấy đất trồng mì, trồng rau. Có lán phải nuôi heo, nuôi gà.

Có lán phải chặt giang, chặt nứa... "chỉ tiêu " là 15 cây dài 6 mét một ngày.

Có lán phải chặt cây làm cột nhà, có khi chặt cây lớn, một toán hai ba người mới khiêng nổi từ rừng về. Có toán thì phải cưa xẻ, tù có tay nghề thì đóng bàn ghế tủ cho cán bộ, có toán thì nấu ăn cho cả trại... Có thời gian tù phải đi chặt cây vầu, đường kính thân cây 5, 6 cm dài 6m. Vào rừng vầu trông rất đẹp. Cây nào cây nấy vừa bóng vừa thẳng tắp. Chỉ tiêu là một cây một ngày. Một người khiêng không nổi một cây. Chặt xong, cột dây kéo ra suối, thả cho trôi về trại, tù ôm vầu mà thả trôi về trại rồi mới kéo lên.

Tường có một kỷ niệm khi đi chặt cây. Đi lang thang dọc theo bờ suối, thời gian này đi lao động không có vệ binh đi kèm, nhắm chỗ nào có cây để chặt thì chợt nghe tiếng gọi "đằng ấy", Tường nhìn thấy một người khoảng 40 tuổi, đang ngồi bên suối gần cầu tre. Thấy Tường nhìn hắn, người này gọi "lại đây, lại đây". Tường đến gần, người đó hỏi: "Cải tạo phải không, ngồi xuống đây, đừng sợ, tớ là bộ đội phục viên, tớ có vào Saigon nên hiểu các tù cải tạo". Người đó đưa một chén cơm và một miếng cá khô cho Tường và nói "ăn đi đừng ngại, tớ hiểu các bạn. Tường ăn chén cơm và nói "cám ơn". Hắn nói tiếp: "Tớ vào Saigon mà cảm thấy như đi ngoại quốc, giầu sang, đẹp đẽ, thế mà không giữ lấy, thật uổng quá". Tường nghe mà đứt ruột, không biết nói sao. Trước khi chia tay, người ấy nói: "Mai tớ còn ra đây, đằng ấy tới đây, tớ sẽ mang cơm nhiều hơn". Vậy là liên tiếp hai ba ngày Tường được ăn no. Người bạn ấy kể chuyện vào Saigon mua được cái radio nhỏ, một cái đồng hồ và quần áo cho vợ con. Người đó ước ao đem vợ con vào sống ở Saigon và nói là trước 75 chắc Saigon còn phồn vinh hơn bây giờ.

Từ 1976 đến 1979, tù cải tạo ở trong rừng Bắc Việt, lập hết trại tù này đến trại tù khác, phá rừng, chặt cây làm nhà. Có một lần toán làm nhà của đội Tường phải đi làm nhà cho cán bộ. Tường đi chẻ lạt cho toán làm nhà. Đó là nghề của chàng nhờ khéo tay. Vì phụ trách chẻ lạt nên ngồi gần bếp lửa nấu nước cho đội. Chị vợ cán bộ ngồi gần tâm sự. Chị cho biết, bố mẹ chị là người Hà Nội trước 1954 có liên hệ làm việc với quốc gia nên bị phát vãng lên mạn ngược, chị phải kết hôn với anh cán bộ này để dễ dàng sinh sống cho gia đình, chị cũng nói là chồng cũng có cảm tình với tù cải tạo. Chị khuyên chồng đối đãi tử tế với tù vì họ đều là người học thức. Chị cũng nấu sắn khoai mời mọi người ăn. Chị vui vẻ với tù cải tạo và gọi bằng chú xưng cháu. Chị mới lấy chồng, chưa có con, chỉ mong được vào Saigon một lần. Nghe Tường kể cuộc sống Saigòn trước 1975, chị càng ham vào Saigon một chuyến. Người chồng chị cũng rất tử tế, nói chuyện lễ phép đàng hoàng. Chẳng qua cái bề ngoài khó khăn chỉ vì bảo vệ đời sống cơm áo trong một xã hội mà thống trị bằng bao tử mà thôi.

Sang 1979, để tránh quân đội Trung cộng đánh chiếm mấy tỉnh miền Bắc, trại của Tường từ Lao Cai chuyển về Vĩnh Phú là do công an quản lý, thay quân đội. Tường và các bạn chuyển về Phong Quang. Tại trại này Tường ở trong đại đội nông nghiệp, một nửa đại đội làm nghề nông, gieo mạ, cấy mạ, làm cỏ ruộng lúa, gặt lúa. Một nửa còn lại đi cày và bừa. Tường ở trong toán cày bừa. Đại đội trưởng cũng là tù cải tạo Nguyễn Mạnh Tánh, một sĩ quan cấp uý của đơn vị 101, cũng là đơn vị tình báo. Trong tù mà làm đại đội trưởng là một vị trí rất khó khăn, trên là cán bộ thúc đẩy, dưới là các bạn tù luôn luôn sẵn sàng nghi ngờ, chê bai. Vậy mà Nguyễn Mạnh Tánh đã làm tròn phận sự. Cán bộ nể vì, anh em quý mến tư cách của anh. Còn nhớ có lần, cán bộ bắt tù trong toán cày phải cạo râu, không được để râu mép, Nguyễn Mạnh Tánh nêu lý do nếu cạo râu mép thì trâu không sợ và việc cày bừa không có kết quả. Ấy vậy mà cán bộ phải chịu. Phục tài Nguyễn Mạnh Tánh!

Tường đi cày không được khoẻ và khéo bằng các bạn khác đã cày được thời gian lâu hơn. Mỗi lần gặp khó khăn thì đội trưởng Tánh đến giúp.

Đi cày có một cái thú và lợi ích. Mỗi sáng đi cày, Tường lĩnh trâu, trâu cải tạo cũng như người, lúc nào cũng đói. Tường biết vậy, trước khi cày, Tường cắt cỏ cho trâu ăn và nói: "Tao cắt cỏ cho mày ăn, chốc nữa nhớ cày cho ngoan, nghe con". Có những bạn cày đánh trâu, nó nằm lăn ra giữa ruộng, không cày nữa, làm gì được nó. Thế mới biết con vật không nói tiếng người nhưng nó hiểu người ta nói gì và nó cũng có tình cảm theo kiểu của nó. Điều thích thú và có lợi là ruộng cày luôn luôn có nhiều nhái, một loại họ ếch nhưng nhỏ hơn nhiều. Tường đi cày, luôn luôn có một cái roi, không phải để đánh trâu mà để đập nhái. Thật là tài tình, mỗi khi Tường đập trúng một con nhái thì con trâu tự động dừng lại để Tường cúi xuống nhặt con nhái bỏ vào túi bên hông, nếu Tường đập trượt thì trâu vẫn tiếp tục đi. Mỗi ngày đập được trên 10 con nhái là bữa ăn có chất đạm. Một chút muối và đun sôi con nhái là có một chén canh. Nướng nhái ăn cũng ngon và bổ.

Ở đội nông nghiệp đi cày, cấy lúa gặt lúa. Đôi khi được đi bỏ phân hoá học cho ruộng lúa. Thường là gánh một gánh phân đạm, bột màu trắng, đi rải ngoài ruộng, không có vệ binh đi kèm. Mỗi lần đi bỏ phân như vậy là dân chúng nhìn biết, sẽ tìm cách len lén đến xin phân, vì phân này quý lắm, dân đâu có tiền mua. Mỗi lần như vậy, Tường lại lén cho dân bằng cách lấy đồ đựng của dân để sẵn đó, múc đầy rồi để vào chỗ khuất, sau đó dân sẽ ra lấy. Để tạ ơn, dân để lại khoai, sắn hay hột gà ở chỗ đó.

Mỗi lần cấy mạ là dân chúng quanh vùng trại Phong Quang vào xem tù cải tạo, họ đứng trên bờ ruộng, các ông, các bà, các cô chăm chú xem. Đội nông nghiệp nghiên cứu qua mấy mùa, cây lúa chóng lớn, nhiều hạt cần ánh nắng mặt trời chiếu vào tận gốc cây mạ, do đó người tù giăng dây trên ruộng theo chiều đông tây, cấy mạ thẳng tắp. Trông ruộng lúa đẹp vô cùng, phương pháp cấy mạ cũng "cải tiến". Tay trái cầm bó mạ, gốc mạ hướng về phía thân người, tay phải gỡ nhánh mạ cắm xuống ruộng như cắm nhang, vừa đều vừa đẹp. Cày và bừa thì dân nông nghiệp cũng phải khâm phục.

Trong các toán lao động, toán hái trà cũng cần phải khéo tay và phải có kỹ thuật. Mỗi khi hái, phải chọn một đọt gồm có một đọt non ở giữa và hai lá hai bên. Khi sao trà trong một cái chảo lớn trên bếp lửa. Phải sao đều tay cho tới khi đọt trà khô, đọt non ở giữa rụng ra, đó là loại trà quý nhất, gọi là trà móc câu vì nó giống như cái lưỡi câu, còn hai lá kia là trà bình thường.

Toán chặt gỗ, cưa xẻ và toán mộc là những toán cưng của trại, thường được hưởng mức ăn cao hơn vì công việc nặng nhọc và nhất là hái ra tiền cho trại. Luôn luôn được bồi dưỡng khoai, đường.

Quả thật, những tù cải tạo làm trong nhóm này phải khoẻ và nhanh nhẹn. Toán chặt cây đi sâu vào rừng tìm gỗ quý, toán cưa xẻ phải xẻ ra thành từng miếng ván từ những thân cây lớn, toán mộc đóng bàn ghế, giường, tủ chè và tủ đựng quần áo hết cho cán bộ trưởng trại đến cán bộ văn hoá, từ cán bộ an ninh đến cán bộ quản giáo, không khi nào hết việc. Đặt hàng không ngừng. Nhiều khi gỗ quý, đồ mộc đẹp còn được bán cho những người có tiền sống gần trại. Tường nhớ lại thời kỳ ở rừng Bắc Việt, Lào Cai, Yên Bái ngoài việc chặt gỗ, chặt tre, chặt giang và vầu, còn có công việc lấy măng. Có mùa toàn trại đi lấy măng, đó là tre và nứa non, xẻ ra đem phơi khô, rồi đem bán cho dân chúng.

Không ai ngờ rằng tù cải tạo làm việc gì cũng giỏi cũng xuất chúng.

Không nhắc đến hai toán Y sĩ và Văn nghệ là một điều thiếu sót. Toán Y sĩ gồm y sĩ và dược sĩ. Thuốc Tây từ miền Nam gửi ra như thuốc cảm, thuốc đau nhức, thuốc đau răng, thuốc ghẻ v.v... là thần dược so với thuốc nam xuyên tâm liên, loại thuốc lá cây.

Toán Y sĩ mục đích chính là chữa cho những người tù cải tạo, nhưng rồi chữa cho toàn thể cán bộ trại và gia đình. Những trường hợp khẩn cấp ban đêm, dân chúng đau nặng, tai nạn lao động đều nhờ đến tay của toán Y sĩ này. Bây giờ, dân chúng gặp tù cải tạo ở đâu là tươi cười chào hỏi. Toán Văn Nghệ ca hát trong trại, diễn kịch cho cả trại xem vào những ngày lễ hoặc Tết Nguyên đán hay quá, đến nỗi ngoài tỉnh cho người vào trại xin cho toán này ra ngoài tỉnh trình diễn. Toán Văn nghệ còn vẽ tranh, trình bầy văn hoá cho trại. Ngoài ra có những cá nhân khéo tay làm những chiếc sáo, chiếc tiêu, đàn guitare, mandoline, violon. Có vị còn chế tạo cả cái đồng hồ treo tường. Những ca sĩ thiếu uý trẻ tuổi hát hay đến nỗi các nữ cán bộ chưa chồng, yêu mê mệt.

Ai cải tạo ai? Cái đẹp muôn đời đã cải tạo cái xấu!

Năm 1976, trên đường di chuyển từ Nam ra Bắc bằng xe lửa, bằng tầu thuỷ đều bị nhốt trong toa và hầm chở súc vật. Đi xe vận tải mui trần thì bị dân ném đá vào người tù cải tạo. Đó là do cán bộ bắt "học tập" như thế!

Đến năm 1983, tù cải tạo tỉnh Vĩnh Phú như các trại Phong Quang, Vĩnh Quang... chuyển về Nam. Dân chúng tự động đứng hai bên đường tiễn tù lên xe đi ra Hà Nội. Có người còn khóc để từ biệt tù cải tạo về Nam.

Trên chuyến xe lửa từ Hà Nội về Nam, cải tạo ngồi toa hành khách, có ghế ngồi, tuy vẫn còng tay trái người này với tay phải người kia, nhưng nếu tù cải tạo có mở còng để cho thoải mái, cán bộ nhìn thấy cũng ngó lơ.

Khi tàu đi qua sông Bến Hải để bước vào miền Nam, quê hương nhà, thì sự đón tiếp cảm động suốt đời không quên. Đến ga nào cũng vậy. Suốt từ Bến Hải vào Saigon, từ các em bán hàng rong đến các chị bán bánh, bán khoai, bán kẹo... cứ thế là ném thức ăn lên toa cho tù cải tạo. Ôi! Cái tình sao mà cao quí, cảm động nhường nào. Cán bộ canh tù không khỏi ngạc nhiên trước tình cảm của người dân miền Nam đối với tù cải tạo.

Tường nhớ mãi hình ảnh một quân nhân cụt chân trái, chống nạng, mặc quân phục Biệt

Động Quân, đội mũ nâu. Tay phải giữ nạng, tay trái chào đoàn tàu. Tường nghĩ thầm, mình có xứng đáng được chào như vậy không? Anh lính ơi tôi nợ anh một đời!

Tù cải tạo được đổ xuống trại Hàm Tân. Lần này anh em được tắm trong một hồ nước lớn đầy ắp, sạch sẽ và ngủ một giấc ngủ ngon lành. Sáng ra Tường được gặp các bạn đã về đây trước chàng.

Trung tá Nhảy dù, cùng khoá 18 Võ Bị Đà Lạt mang cho chàng một cái cuốc nhẹ, rất sắc và nói:

- Ở đây đang giai đoạn làm cỏ, cuốc phải nhẹ và sắc để đỡ mất sức.

Ngày đầu còn được nghỉ, Tường đi thăm bạn hữu và được mời ăn cơm no.

Ngày tiếp, đội trình diện cán bộ quản giáo. Cán bộ người tầm thước, nói nhỏ nhẹ, không nói ngọng, chữ L thành N và ngược lại. Cán bộ cho biết công việc của đội là làm cỏ ruộng sắn và kiếm củi... và những việc bất thường khác, đội được phép viết thư về gia đình và gia đình có thể lên thăm nuôi càng sớm càng tốt. Anh em trong đội vui mừng, một không khí có tình cảm nhen nhúm bắt đầu.

Một buổi chiều đi lao động về, Tường đi qua khu cầu tiêu đã xụp đổ, cây cối mọc um tùm phía sau lán. Cầu tiêu này đã lâu không còn sử dụng nữa. Chàng nghe có tiếng động trong đám cây và tiếng rên khe khẽ, chàng vạch lá nhìn thì thấy một chú chó nhỏ, lông vàng, nó ngước mắt nhìn với đôi mắt cầu khẩn, con chó không đi được, lê về phía chàng. Tường bế nó lên, nó chỉ lớn hơn bắp tay, nó run rẩy trong tay Tường, chàng nhìn thấy chân trước bên phải có vết thương chảy máu đã khô, thân mình nó dính đầy đất. Đem về lán, việc đầu tiên là chàng tắm rửa cho nó, lấy áo lót cũ lau khô và xem xét vết thương, lấy dầu xanh con Ó thấm vào vết thương và xé một mảnh áo quấn băng lại vết thương. Chàng đun sôi một ít cơm nguội thành cháo cho nó ăn và từ phút đó chàng gọi nó là Cún. Chàng đoán rằng Cún ở nhà dân, lạc mẹ đi vào trại bị vệ binh đánh đuổi nên bị thương. Quả vậy, sau này, mỗi khi nghe tiếng vệ binh mặc áo vàng đi vào trại là Cún tìm nơi ẩn trốn. Nơi ẩn của Cún vẫn là cái cầu tiêu bỏ hoang, nay Tường lót thêm một miếng carton nhỏ đủ Cún nằm, nhưng vẫn kín đáo lọt thỏm trong đám cây mọc hoang.

Tình trạng thức ăn nơi đây đỡ hơn nhiều so với miền Bắc, bạn bè về đây trước, có thăm nuôi nên dễ dàng chia sẻ cho nhau. Bố con Cún tuy chưa được thăm nuôi nhưng không bị đói như ngoài Bắc. Ruộng mì mà Tường phụ trách làm cỏ gần khu trồng đậu xanh của dân, sau khi thu hoạch thì bỏ hoang. Những lúc nghỉ tay, Tường sang mót đậu cóp nhặt được gần nửa lon guigoz đậu. Tường nẩy ra sáng kiến làm giá đậu xanh. Sẵn bao cát, chàng kiếm một cái thùng nhựa ở đống rác, rửa sạch và bắt đầu công việc làm giá. Chàng trải một phần bao cát trong thùng nhựa, rồi rải đậu xanh lên, gấp bao cát lại, rồi lại rải đậu xanh lên và tiếp tục, làm hết lớp này đến lớp khác ở trong thùng nhựa. Xong chàng đổ nước cho ướt lớp vải bao cát. Mỗi buổi tối, thăm chừng trước khi đi ngủ. Sáng thức dậy, trước khi đi lao động xem diễn tiến ra sao. Đến sáng chủ nhật thì giá mọc trắng nõn, mập mạp, dễ thương vô cùng. Tường lần lượt giở lớp bao cát, rễ mỗi cọng giá mọc xuyên qua bao cát, chàng vặt rễ một cách dễ dàng, còn lại là giá trắng đẹp. Tường bó thành từng bó bằng dây lá chuối. Chàng đặt tất cả các bó giá trên tàu lá chuối trước lán và hai thầy trò ngồi đợi. Các bạn tù đi qua, lấy một hai bó giá, bỏ lại trên tầu lá chuối khi thì củ khoai, củ sắn đã luộc. Có bạn rộng rãi hơn thi cho một gói mì hay nửa lon gạo. Cuộc trao đổi giống như ngày xa xưa chưa có đồng tiền gọi là hiện vật giao hoán. Có khi Tường bận công việc khác, Cún nằm trông hàng. Mỗi khi có người tù đến, Cún vẫy đuôi chào đón, ai cũng thương yêu Cún, cho Cún vài con tôm khô, cục đường móng trâu, cái kẹo lạc. Bố con Tường sống ngày chủ nhật như vậy, rất sung sướng và vui vẻ. Từ đấy ai cũng biết giá sống của Tường mập và ngon nhất.

Sang tuần lễ thứ sáu kể từ khi vào Nam, Tường có tên được thăm nuôi. Tường nói với Cún: "Hôm nay mẹ lên thăm bố đừng chạy loang quạng thò đầu ra, vệ binh trông thấy nó đập ra là chết ngắc". Tường bế Cún ra tận chỗ cầu tiêu ẩn núp rồi mới ra sân chờ đợi gọi đến tên mình. Chàng với vài ba người bạn cùng có tên được thăm nuôi đi nhanh ra nhà thăm nuôi. Khi bước vào, chàng nhìn thấy vợ và mẹ. Tường cảm động và ngạc nhiên vô cùng, chàng đột nhiên tự động quỳ xuống dập đầu lạy mẹ liên tiếp. Cảnh tượng này khiến thân nhân của các tù nhân, chảy nước mắt và sụt sùi khóc. Cán bộ nhà thăm nuôi cũng ngạc nhiên trước cảnh lạy mẹ cảm động này. Vợ chàng chạy lại đỡ chồng lên ngồi vào ghế đối diện với mẹ. Mẹ chàng lấy khăn thấm nước mắt hỏi chàng: "Con có khoẻ không?" Tường nói: "Con khoẻ, mẹ đừng lo. Mà sao mẹ già yếu mà đi đường xa thăm con. Con thật là bất hiếu, khiến mẹ già phải lụy vì con. Con chưa một ngày báo hiếu được mẹ"

Vợ chàng khẽ nói: "Em ngăn mẹ, em nói, để em lên thăm rồi chuyển lời mẹ nhắn anh, nhưng mẹ không chịu"

Mẹ lại nói: "Chị ấy cản tôi, sợ đường xa tôi không chịu được vất vả, nhưng mẹ nhất quyết đi. Mẹ già rồi biết đâu là không còn được gặp con nữa."

Thời gian thăm nuôi qua nhanh, vợ chàng thấy quà thăm nuôi của mình quá ít so với người khác nên có vẻ buồn. Tường vội an ủi: "Em lo nuôi nấng 3 con là quá sức của em rồi. Ở đây anh không có đói như khi ở ngoài Bắc. Quà của em như vậy là quá tốt cho anh rồi. Cảm ơn em vô cùng"

Hai vợ chồng nắm tay nhau. Tường bỗng thấy đau đớn tận đáy lòng khi nhận ra tay vợ chàng khô ráp như thành chai cả mấy ngón tay. Ôi! Tiểu thư ngày nào không còn nữa, chỉ là vang bóng một thời!

Vào cổng trại, cán bộ kiểm tra quà của Tường rất nhanh vì chẳng có là bao. Khi vào đến lán một lúc, đang xếp đặt lại quà vì khi kiểm tra bị vất lung tung, thì chàng thấy Cún ve vẩy đuôi bên chàng.

Tuy có thăm nuôi, nhưng Tường vẫn tiếp tục làm giá.

Chủ nhật kế tiếp, Tường phải xin lỗi khách hàng mua giá vì Tường lấy tất cả chỗ giá đã làm được để xào, rồi chiên trứng vịt và nấu một nồi cơm bằng gạo thăm nuôi, chàng cho bột nghệ vào, nên khi cơm chín, hạt cơm vàng óng trông rất đẹp mắt và thơm ngon, để mời vài người bạn thân tình đã giúp đỡ những tuần đầu khi chàng mới vào Nam. Thật cảm động khi các bạn đến ăn cơm với Tường, người nào cũng mang theo thực phẩm khô để dành được, vì họ hiểu rõ hoàn cảnh Tường vẫn còn gặp khó khăn khi nhìn qua những quà vừa được thăm nuôi. Trong bữa ăn, ai cũng thương con Cún, mọi người xoa đầu nó, bế nó vào lòng, nói chuyện với nó. Cún quấn quýt, vẫy đuôi mừng mọi người. Các bạn của Tường đều cùng một ý nghĩ lo ngại khi nhìn thấy Cún, một ngày nào đó sẽ lớn bổng lên, một miếng ngon mà vệ binh nhìn thấy sẽ không tha. Chỉ một nhát gậy đập vào đầu là Cún không còn nữa. Tường nghe mà lo lắng cho Cún. Những ngày Tường đi lao động bên ngoài. Cún nằm trong chỗ ẩn núp ở cầu tiêu bỏ trống. Chiều về Tường ra gọi Cún vào, hai bố con chia nhau cơm chiều. Chiều chiều Cún ở bên Tường, nó quấn quýt mừng rỡ thấy mà thương. Chỗ của Tường nằm là ở một góc phòng sát đất, một bên là bức vách, một bên là cải tạo viên cựu quận trưởng. Tường cho Cún nằm giữa Tường và bức vách. Không làm phiền người kế bên. Cún rất ngoan, nằm im lặng, Tường tắm cho Cún nên Cún rất sạch sẽ, lông vàng óng rất dễ thương.

Từ ngày nuôi Cún đến nay đã được 9 tuần, vết thương ở chân Cún đã khỏi từ lâu, đúng như các cụ đã dạy "chó liền da, gà liền xương". Cún đã cao gần bằng chiếc đũa. Lực lưỡng như một bắp chuối. Nhìn Cún, Tường không khỏi lo âu. Cứu Cún bằng cách nào đây?

Một hôm Tường đang cuốc cỏ, chợt thấy có vật gì đụng vào gót chân, chàng quay lại ngạc nhiên thấy Cún. Chàng vội ôm Cún chạy vào bụi cây sau ruộng. Chàng hỏi Cún: "Con liều lĩnh quá, làm sao mà ra đây được?"

Cún nghe có vẻ hiểu được, vẫy đuôi và ngả đầu vào lòng Tường. Tường xoa đầu con và lo âu tràn ngập lòng chàng.

Từ hôm ấy, Cún chui hàng rào phía sau ruộng, đi nấp dưới bụi cây ra chỗ Tường làm. Có hôm không biết Cún tha ở đâu về khi thì củ khoai khi thì củ sắn. Hai bố con vẫn thường xuyên làm giá để trao đổi hàng hoá. Cún mỗi ngày mỗi lớn. Tường nghĩ không còn cách nào khác là mạo hiểm gửi Cún về, khi gia đình lên thăm chàng. Khi được thăm nuôi lúc ra gặp người thân chỉ được đi người không, không có quyền đem Cún theo, vậy phải làm sao? Nghĩ vậy, Tường nhờ thân nhân bạn được thăm nuôi nhắn với vợ là kỳ tới cho thằng Út lên gặp bố, vì từ ngày sinh Út 15 tháng 4, 1975 đến nay 1983, Út đã 8 tuổi mà chưa được gặp bố. Sau ngày vợ lên thăm, hằng ngày, mỗi chiều hai bố con ăn cơm với nhau, Tường đều nhắc đi nhắc lại với Cún: "Kỳ này mẹ lên thăm bố, bố gửi con về với các anh chị. Khi bố ra nhà thăm nuôi con không được đi chung với bố. Con vượt hàng rào, dưới bụi cây, ra nhà thăm nuôi, luồn xuống gầm bàn bố ngồi, báo cho bố biết, bố bảo anh Út cúi xuống bế con lên.

Con phải khéo léo, cẩn thận tránh vệ binh. Nó trông thấy con là con chết ngay."

Ngày nào Tường cũng lập đi lập lại lời dặn cho Cún thuộc lòng. Cún lắng tai nghe tỏ ra hiểu ý của bố Tường. Thế rồi ngày thăm nuôi cũng tới. Tường hồi hộp vô cùng. Chàng vừa đi ra nhà thăm nuôi vừa cầu nguyện đấng linh thiêng cho việc chót lọt.

Chàng ngồi đối diện hai mẹ con, chàng nói ngay vào việc và khi chàng ra hiệu thì Út cúi ngay xuống gầm bàn bế Cún lên. Tường ngồi đó, chờ đợi như lửa đốt trong lòng. Đột nhiên chàng cảm thấy như có vật gì cọ vào chân chàng, chàng hô: "Út, con bế em lên". Út cúi xuống, bế thốc Cún lên.

Tường thở phào, nhẹ cả người. Cún nằm gọn trong lòng anh, vẫy đuôi mừng rỡ. Tường còn mừng rỡ hơn vì công việc rất mạo hiểm mà nhờ trời đã thành công. Tường căn dặn: "Hai mẹ con nói với chủ xe Lam xin trả tiền thêm cho Cún ngồi dưới sàn giữa hai chân của Út. Nhớ đem em về an toàn". Lần thăm nuôi này, Tường vui mừng hớn hở như chính mình vừa được ra khỏi nhà tù. Các bạn nghe tin đều đến mừng cho Tường.

Những ngày tháng trong tù vẫn tiếp tục trôi đi, Tường đi lao động và vẫn mót đậu xanh làm giá. Một buổi sáng chàng thấy mệt, xin nghỉ lao động. Một mình nằm trong lán, tưởng tượng vợ con chàng sum họp và Cún ở bên cạnh.

Từ ngày cháu gái vợ vượt biên qua Pháp thì đời sống vật chất khá hơn nhờ quà cháu gửi về cho. Ông anh ruột của vợ chàng là Đại tá không quân di tản cùng vợ con. Tuy lớn tuổi nhưng nhờ quen biết trong những năm du học nên cũng kiếm được việc làm, thỉnh thoảng cũng trợ cấp cho các em.

Đang nằm suy nghĩ thì Tường nghe tiếng mở khoá và tiếp theo là tiếng của cán bộ quản giáo:

"Hôm nay thầy đau sao?" Chàng nghe giọng quản giáo, nhưng chàng nghĩ là quản giáo nói với ai khác. Chàng ngồi dậy thì quản giáo cũng đến bên chàng.

"Em đã đọc lý lịch của thầy, biết thầy có những năm đi dậy học. Nay em muốn thi đậu lớp 9 để có một mảnh bằng mà tiến thân. Xin thầy giúp đỡ em. Khi không có ai thì xưng hô như vậy, nếu có ai thì em lại phải xưng hô như cũ, thầy thông cảm".

Tường nói: "Xin cán bộ cứ xưng hô như bình thường. Yêu cầu của cán bộ về vấn đề văn hoá, hay nói rõ hơn là dạy toán Hình học và Đại số lớp 9 cho cán bộ. Cán bộ đã có ý nhờ giúp thi tôi cũng khó từ chối, nhưng tôi suy nghĩ thì có vài ý kiến bàn với cán bộ trước khi ta cộng tác dậy học".

"Xin thầy cứ nói"

"Chúng tôi là cải tạo viên, sống chung với nhau 24 tiếng đồng hồ một ngày, mọi sinh hoạt đang êm đẹp. Nay tôi hướng dẫn bài học cho cán bộ, rồi một bữa vì lý do nào đó cán bộ tập họp đội chấn chỉnh cá nhân nào đó. Mọi người trong đội sẽ chắc chắn nghĩ rằng tôi đã báo cáo cho cán bộ. Như vậy tôi không thể sống trong không khí ghét bỏ của bạn tôi".

"Xin thầy nghĩ là tôi rất hiểu điều đó" "Vậy xin cán bộ những điều sau đây:

- Thứ nhất: cán bộ tránh hết sức tập họp chấn chỉnh trong thời gian học, và nếu tiếp tục sau thời gian học thì càng tốt.

- Thứ hai: Vì thời gian hướng dẫn cán bộ học ngay ngoài bãi, nơi lao động, cán bộ giao chỉ tiêu cho các bạn tôi bao nhiêu thì tôi cũng bấy nhiêu, không có bớt cho tôi.

Hai điều này là chính, nếu còn điều gì nữa thì tôi sẽ nói sau".

Tối hôm đó, Tường trình bầy buổi nói chuyện này với anh em trong lán. Các anh em cho biết một cán bộ hiếu học là một người tốt và điều kiện Tường đưa ra có lợi cho anh em, đề nghị Tường nhận lời dạy học cho cán bộ, nếu có điều gì không tốt sẽ ngưng dậy cũng chưa muộn.

Thế là Tường khi ra bãi lao động, tìm một nơi mát mẻ, kê cái bàn nhỏ, Tường chỉ bảo cho quản giáo Hình học và Đại số. Sách giao khoa do cán bộ cung cấp. Tường thấy cán bộ này cũng rất sáng dạ, có phần học nhanh chàng cũng mừng. Học được ít tháng, tình hình sinh hoạt vẫn êm đềm. Chỉ tiêu giao cho Tường cũng như các anh em, lẽ dĩ nhiên ngày lao động mất 2, 3 tiếng dạy học. Tường làm sao hoàn tất chỉ tiêu, thế là cán bộ lấy cuốc ra phụ. Anh em trong đội khen Tường có mưu cao..

Hết chương trình học, cán bộ xin phép về Bắc để đi thi. Sau khi thi một tuần, cán bộ trở vào Nam và tiếp tục làm quản giáo. Quản giáo tươi cười cho Tường biết đã thi đậu lớp 9 và cám ơn Tường cùng cho biết đã để nửa cân đường ở dưới gối nơi Tường ngủ.

Từ đó sinh hoạt trong đội rất êm đềm, trại có chỉ thị gì thì quản giáo tập họp nhắc nhở, tuyệt đối không có khó khăn chấn chỉnh. Các người tù cũng giữ ý không vi phạm điều gì vì thấy quản giáo coi trọng anh em.

Ở khắp các trại, anh em tù đã tỏ ra một lực lượng tài năng ưu tú về mọi mặt, từ nông nghiệp đến lâm nghiệp, từ y học đến văn nghệ... lãnh vực nào cũng tỏ ra vượt trội với những dụng cụ thô sơ. Về tinh thần, người tù bộc lộ sự đoàn kết, sức mạnh đấu tranh trước cường quyền nhất là những sĩ quan trẻ, sẵn sàng hiến thân, chấp nhận các hình phạt dã man để nói lên khao khát sự công bằng tự do dân chủ. Các anh tù biệt kích từ 1964 tính đến lúc tù cải tạo bị đưa từ Nam ra Bắc năm 1976 là các anh đã bị tù trên 10 năm. Các anh vẫn còn giữ được sự đoàn kết, khí phách của một chiến binh uy dũng, các anh có một cấp chỉ huy lẫy lừng mà trại nào cũng phải coi trọng. Một tiếng nói của anh là tất cả biệt kích đều tuân hành triệt để. Đó là nhân vật Nguyễn Hữu Luyện, một người tù biệt kích mà nhà báo Phan Lạc

Phúc đã gọi là Người tù "Kiệt Xuất."

Thử tưởng tượng, nếu sau tháng 4/75, người thắng cuộc đem lòng nhân ái, tình nghĩa huynh đệ cùng một ông tổ Hùng Vương, không thù hằn, không lừa dối, không âm mưu lừa đảo đối với miền Nam, học theo sự thương yêu của Nội chiến Hoa Kỳ, không có chia cắt, trả thù... thì dân chúng miền Nam nhất là quân đội miền Nam có những tài năng xuất chúng cùng kiến thiết đất nước thì Việt Nam đã là một con Rồng của Đông Nam Á. Tiếc thay những kẻ đầu não trong bộ Chính trị Cộng sản chỉ nhìn thấy tư lợi với lòng hận thù, đem hết trò lừa đảo ra thi hành để hủy diệt miền Nam. Bóc lột tận cùng, khiến đất nước nghèo nàn, lạc hậu so với các nước khác trong vùng Đông Nam Á ....

Từ khi trại Phong Quang chuyển vào Nam đến nay đã hơn một năm, giờ là cuối 1984, đã có hai, ba đợt thả tù rồi, Tường cũng thấy nóng lòng, kỳ thăm nuôi vừa rồi cách đây 6 tuần, vợ chàng cho biết tình hình gia đình cũng ổn, do được sự giúp đỡ từ thân nhân ở ngoại quốc, các con cũng có miếng thịt trong bữa ăn, tuy không liên tục nhưng cũng tốt trong giai đoạn này. Thằng con trai lớn đã 12 tuổi, kỳ vừa rồi được lên thăm bố cùng với chị gái 14 tuổi. Trông thấy các con tuy không béo tốt nhưng hồng hào, đẹp đẽ, vợ chàng cũng khá hơn, lòng Tường cũng vui. Thằng hai cho biết Cún đã lớn đứng gần đến đầu gối, lông vàng óng, trong rất đẹp. Một lần hỏi "Bố đâu", nó chạy ra cổng sắt, nhìn ra ngõ như ngóng chờ bố. Mọi người trong nhà thương Cún như là một thành viên trong gia đình. Nó quấn quýt mọi người. Nói gì nó cũng hiểu, nó có lỗi gì nghe Út la, nó đứng yên, đầu cúi xuống, đuôi vẫy vẫy như tạ lỗi rất dễ thương.

Ngày 23 tháng 11, Tường nhớ ngày này năm 1963, khoá 18 VBĐL ra trường, cứ mỗi năm đến ngày này là các anh em cùng khoá ở khắp mọi nơi, mọi đơn vị đều tìm cách về tụ họp, gặp gỡ nhau, ôn lại kỷ niệm, điểm danh xem ai còn ai mất.

Năm 1984, cũng ngày này, Tường và một số các anh em cùng khoá đang ở trong tù. Tường đang xếp hàng để xuất trại đi lao động thi nghe tên gọi có thân nhân thăm nuôi. Tường ngạc nhiên vô cùng, vợ chàng mới thăm cách đây hai tuần. Chàng lo lắng có chuyện gì mà lên sớm như vậy, chưa đến kỳ hẹn hai tháng. Chàng thẫn thờ băn khoăn, không sao đoán được việc gì đã xẩy ra. Nhưng đến khi ra nhà thăm nuôi, Tường nhìn thấy mẹ Nguyệt, chàng chợt hiểu và vui mừng. Khi đã ngồi xuống, bà cụ bắt đầu nói rõ mọi diễn tiến cuộc thăm viếng này.

Được Nam, người con trai, bảo lãnh, gia đình được đi định cư tại Canada. Đồng thời Saigon nghe tin tù cải tạo ở ngoài Bắc sẽ chuyển vào Nam. Gia đình đã xong mọi thủ tục, chuyến bay đã sẵn sàng thì Nguyệt nhất định đòi ở lại để lên thăm Tường rồi đi sau. Bố mẹ Nguyệt khuyên sao Nguyệt vẫn không nghe. Cuối cùng, mẹ Nguyệt quyết định đi sau để lên thăm Tường thay Nguyệt. Ngày đi gần kề mà tin tức từ gia đình Tường cho biết trại của Tường còn ở ngoài Bắc chưa chuyển vào Nam. Bà cụ tiễn gia đình ra phi trường, hứa với Nguyệt là sẽ thăm nuôi Tường rồi đi sau, bà cụ nghĩ thầm là Nguyệt phải ra đi, còn bà ở lại có trở ngại gì thì người già dễ giải quyết. Tường nghe nói vậy, chàng vô cùng xúc động, không thể ngờ tình cảm của Nguyệt và gia đình nàng lại đối với chàng như vậy. Bà cụ cho biết sau khi lên thăm Tường rồi hai ngày nữa sẽ lên đường, vé máy bay đã sẵn sàng. Tường nghe vậy cũng yên lòng chứ nếu có trắc trở gì chàng biết làm sao. Sẽ ân hận suốt đời.

Bà má Nguyệt cho biết sau biến cố 1975, Saigon rất đói khổ, gia đình bà không đủ cơm ăn, phải ăn sắn, khoai, bo bo thay cơm như mọi gia đình khác. Giữa lúc khó khăn đó, một người Tầu, gốc Đài Loan muốn lấy Nguyệt hứa sẽ bao bọc gia đình. Nguyệt bằng lòng để cho gia đình sống thoải mái, bố mẹ nàng trong hoàn cảnh già yếu, bệnh tật có chỗ dung thân. Khi Nguyệt có một đứa con trai 4 tuổi thì người chồng về Đài Loan, nàng không đi theo, ở lại săn sóc bố mẹ và nuôi con. Trước khi về Đài Loan, người chồng để lại một căn nhà khá lớn và một số vốn. Đến khi gia đình được bảo lãnh đi Canada, Nguyệt bán căn nhà đó cũng được một số tiền lớn mang đi. Bà cụ kể hết mọi chuyện cho Tường biết. Chàng nghe và cảm thấy yên tâm cho Nguyệt.

Hết giờ thăm, Tường đón nhận quà, ngỏ lời cảm ơn bà cụ và gửi lời thăm hỏi ông cụ, Nguyệt và vợ chồng Nam. Chàng chúc bà cụ có chuyến bay tốt đẹp. Trên đường về trại, lòng chàng vui buồn lẫn lộn, và chàng lại thốt lên câu nói quen thuộc mỗi khi ở bên Nguyệt "Tội Nghiệp Em Tôi!".

Vào khoảng tháng 4/1985, quản giáo kín đáo cho Tường biết chàng có tên trong danh sách được thả về. Chàng chia quần áo, dụng cụ và thực phẩm cho các bạn mỗi người một ít.

Đến ngày 1 tháng 6 năm 1985, trại đọc danh sách thả tù có tên chàng. Tất cả những người tù được thả, đã đưa về một khu riêng biệt để làm giấy tờ.

Tường trình diện ngày 15 tháng 6, 1975 ra khỏi tù ngày 1 tháng 6 năm 1985 còn thiếu 15 ngày nữa là tròn 10 năm, một thời gian dài của một đời người.

Khi lãnh giấy ra trại từ tay một nữ cán bộ, lại là vợ của cán bộ quản giáo, Cô ta nói: "Thầy đi bình an"

Thấy cô ta viết cây bút mãi không ra mực, Tường lấy cây bút của chàng đưa cho cô ta và nói: "Chị cầm lấy cây bút này mà dùng. Nói với anh là tôi muốn gặp anh, trên đường ra bến xe tôi sẽ ghé nhà anh. Chị vội đi tìm chồng cho biết lời nhắn".

Tường đi lãnh những đồ đạc mà chàng phải gửi lại khi vào trại: đồng hồ đeo tay, quần áo dân sự, tất cả đựng trong một cái cặp da.

Chàng lãnh một bộ quần áo đồng phục của tù khi được thả. Tường ra đến cổng trại, quay lại nhìn vĩnh biệt trại tù, thong thả bước trên đường ra bến xe Lam về Saigon. Các bạn chàng đã lanh lẹ đi trước rồi. Nửa đường chàng rẽ vào nhà cán bộ quản giáo, một mái nhà tranh mới dựng bên đường. Chàng nhìn thấy cán bộ đã đứng sẵn ở cửa. Chàng vào rồi ngồi xuống cái ghế bằng tre và bên cạnh cũng là cái bàn bằng tre, chàng nói: "Tôi ghé để cám ơn cán bộ và tặng cán bộ một cái áo và một cái quần dân sự." Nói xong chàng lấy quần áo ở trong cặp ra đưa cho người cán bộ. Anh ta đưa cả hai tay đón lấy. Tường dơ tay lấy ly đầy nước chè nóng uống một hơi, rồi đưa cho quản giáo tờ giấy đã viết sẵn địa chỉ nhà chàng ở Saigon và nói: "Nếu có dịp đi Saigon, ghé nhà tôi, anh em mình bao giờ cũng thân quý nhau." Cán bộ cầm tờ giấy ghi địa chỉ và nói: "Cám ơn thầy đã có lòng thương mến em, cho em địa chỉ. Nhưng thú thực em không dám đến thăm thầy vì chúng nó biết thì sẽ chẳng được yên thân. Trong chế độ này phải cẩn thận từ cử chỉ, lời ăn tiếng nói, không thì..". Cán bộ nói đến đây thì ngưng lại vì biết rằng Tường đã rõ chế độ này từ lâu rồi. Chàng dơ tay bắt tay người cán bộ rồi bước ra ngoài đường đi về phía bến xe.

Đến bến xe Lam thì các bạn chàng đã đi trước hết rồi. Chàng ghé vào quán hủ tiếu gọi một tô hủ tiếu và một ly cà phê. Ăn uống xong, chàng gửi tiền, người chủ quán nhất định không chịu lấy. Chàng bán bộ quần áo trại mới cho được 25 đồng. Trung tá Tiên, không được thả kỳ này đã cho chàng 25 đồng khi chàng đến từ giã ông.

Chuyến xe Lam cuối cùng đang nổ máy chờ khách. Tường lên xe, ngồi xuống băng ghế, mỗi người một câu hỏi thăm chàng. Một người phụ nữ trạc 50 tuổi hỏi: "Ông có bao nhiêu tiền đưa tôi, tiền xe để tôi trả." Lúc đó người tài xế quay đầu lại nói vào trong xe: "Tôi không lấy tiền của ông ấy"

Tường trả lời câu hỏi của người phụ nữ: "Tôi có 50 đồng". Bà ta nói: "Đưa tất cả cho tôi, rồi bà ta bước xuống xe, mua chục cam, mấy trái mãng cầu, mấy trái sa bô chê. Một miếng mít. Tất cả để trong một túi nylong, rồi bà ta trở lại nói: "Đi xa lâu ngày về phải có quà. Rồi bà lại hỏi nhà ở đâu?" Tường trả lời:

- Nhà mẹ tôi ở Phan Thanh Giản, trong ngõ trước cửa Bệnh viện Bình Dân. Nhà vợ tôi ở Trương Minh Giảng trong ngõ đối diện cây săng.

Người phụ nữ nghe vậy hỏi tiếp : "Ông về nhà ai trước?" Tường nói không cần suy nghĩ: "Tôi đến nhà mẹ tôi trước". Nghe vậy người phụ nữ và mọi người trên xe đều khen ngợi là người con có hiếu.

Đến bến xe Saigon, người phụ nữ nói: "Ông đi theo tôi". Rồi bà ta gọi một xích lô máy, Tường phụ giúp để hàng hóa lên càng xe rồi cùng bà lên ngồi trên xe. Bà nói với người xích lô: "Cho tôi tới đường Phan Thanh Giản, khúc trước cửa Bệnh viện Bình Dân." Tới nơi bà ta cười: "Mừng ông đã được tự do. Giữ gìn sức khoẻ". Tường chưa kịp cám ơn và hỏi địa chỉ cùng tên người phụ nữ thì xe đã phóng đi. Con người Saigon, tình cảm chân chất, đơn sơ thành thật như vậy đó.

Tường xách túi trái cây, nách kẹp cái cặp bước vào ngõ, mọi người thấy Tường chào mừng. Chàng vào đến nhà mẹ thì bất ngờ vô cùng thấy vợ chàng chở thằng Út lên thăm bà nội. Một sự trùng hợp hi hữu, như có sự xếp đặt của đấng linh thiêng. Mẹ, vợ và bà chị vui mừng, thằng Út ôm lấy bố. Những hạnh phúc ấy, Tường nhớ mãi trong đời. Hàng xóm chạy sang, mừng mừng, tủi tủi với những giọt lệ trong giây phút trùng phùng này.

Ngồi thăm mẹ cho đến tối, bà chị chia phần trái cây đem về cho các con. Trên đường về, thằng Út được ngồi với bố trên xe xích lô, vợ chàng đi xe đạp bên cạnh xe xích lô.

Về đến nhà, vừa mở cửa bước vào là Cún bay ra ôm chặt lấy đùi bố, nó cuống quýt vui mừng, hai chân trước như muốn ôm lấy Tường như sợ Bố vuột mất. Mọi người, thằng Hai, con gái, bà chị vợ đều mừng rỡ. Bà chị vợ là người rất tình cảm, trước cảnh xúc động này bà cũng rớt nước mắt.

Vợ chàng nói : "Để em đặt nồi nước nóng anh tắm. Tắm nước lạnh người còn yếu dễ bị cảm". Tường nhìn lên bàn thờ, thấy hình bố vợ, chàng đến thắp ba nén hương lễ bàn thờ. Chàng nhớ được tin bố qua đời khi chàng còn ở trại Phong Quang miền Bắc. Một ông bố mà chàng thường chở trên Vespa mỗi khi ông đi thầu xây cất từ miền Trung trở về Saigon. Nhìn hình ảnh tóc bạc phơ nhớ lại cảnh bố đứng nhìn con đi vào trường Tabert trình diện tù cải tạo. Bố đứng im lặng, mắt đỏ hoe. Hình ảnh bố trong ngày 15 tháng 6 năm 1975 như đọng lại trên bàn thờ. Biết bao đổi thay trong suốt 10 năm đất nước điêu linh.

Chàng vào phòng tắm, dội nước cho trôi hết những vết tích, bụi bặm của nhà tù. Khi chàng bước ra, chàng thấy Cún đứng ngay cửa phòng tắm. Út cho bố biết là suốt thời gian bố tắm, Cún đứng canh cửa. Chàng cảm động ôm đầu Cún vào lòng.

Bữa cơm chiều hôm ấy, mùng 1 tháng 6 năm 1985 là bữa cơm gia đình sum họp sau 10 năm xa cách.

Những tháng ngày kế tiếp là thời gian Tường đi kiếm cơm nuôi gia đình.

Phạm Trọng Sách
4:30 chiều ngày 25 tháng 3 năm 2021

TA VỀ

"Ta về cúi mái đầu sương điểm"
Tô Thùy Yên

Tường trình diện đi "tù cải tạo" vào ngày cuối cùng, ngày 15 tháng 6 năm 1975, tại trường Tabert. Đến ngày 1 tháng 6 năm 1985, chàng và gần 20 người bạn tù được thả tự do, chỉ thiếu 15 ngày là tròn mười năm lưu đầy trên miền thượng du Bắc Việt.

Hôm nay ta về, ta về mái nhà xưa, nhưng mái nhà còn như xưa nữa hay không? Có những anh em đã về trước, mà không còn nhà. Đứng ngoài đường, dưới tàn cây, mở to mắt nhìn vào nhà mà thấy vợ mình không còn là của mình nữa, đang cười nói với người xa lạ, có phải là kẻ thù của mình không? Hãy nhìn vào sự thật, hãy chấp nhận cảnh ngộ phũ phàng, hãy nghĩ đến thân phận của kẻ chiến bại, hãy nhớ kẻ thù của mình nay là kẻ chiến thắng, không phải kẻ chiến thắng độ lượng, hài hoà, tuy cùng là giòng máu Việt, cùng ông tổ Hùng Vương, nhưng kẻ chiến thắng mưu mô, nhỏ nhen, học theo chính sách đê hèn của một chủ nghĩa đã lỗi thời. Kẻ chiến bại, nên tự trách mình, không thể oán giận vợ, khi người đàn bà chân yếu tay mềm, đơn độc chống chọi với hoàn cảnh khắc nghiệt bủa vây không lối thoát, phải ngã vào vòng tay kẻ thù để tìm lối sống cho chính mình và các con. Hãy tự trách mình, cắn răng và nhẫn nhục để tìm lấy lẽ sống, an ủi thân phận hẩm hiu của mình.

Trong những nghịch cảnh ấy, sáng chói là trường hợp của vợ tù bươn chải, nhẫn nại, khổ cực hai sương một nắng nuôi con, chờ chồng trong vô vọng, cho dù năm tháng lạnh lùng trôi qua. Những tấm gương hy sinh, tận tụy, chung thuỷ một lòng vô cùng khâm phục ấy là những trang sử vẻ vang trong một khúc quanh lịch sử tàn khốc của đất nước. Tường may mắn có một gia đình như thế, một người vợ và những đứa con tròn vẹn trong cơn lốc của thời cuộc.

Nay chàng đã về, để nhớ để ôn lại 10 năm vợ con chàng đã sống trong ngậm ngùi, đau đớn, thiếu thốn ra sao!

> *Ta ngẩn ngơ trông trời đất cũ*
> *Nghe tàn cát bụi tháng năm bay.*

Tô Thùy Yên

Khi đi tù cải tạo, chàng chưa kịp lãnh lương Thiếu tá, vợ chàng sinh đứa con trai Út vào ngày 15 tháng 4 năm 1975.

Năm 1969, vợ chàng sinh đứa con gái đầu lòng, phải nằm nhà thương Grall mất mấy tháng, một chân bị yếu, những mạch máu đưa máu lên xuống không đều. Bác sĩ Giám Đốc cho biết tạm ngưng sinh sản. Đến năm 1973, ông cho phép sinh đứa thứ hai thì sinh được đứa con trai và không phải nằm bệnh viện. Rồi bất ngờ có bầu đứa thứ ba, sinh Út vào năm 1975. Mãi mười năm sau bố con mới được gặp nhau, con lên thăm bố và bế Cún về nhà.

Vợ con chàng có cái may mắn là sống cùng với bố, chị và hai cháu con bà chị cả đã mất sớm. Hai cháu gái đã trưởng thành. Bà chị là giáo sư trung học còn độc thân nên coi các con của chàng như con của chính bà. Chàng cũng thấy yên lòng khi vắng nhà. Ngoài ra còn có bà vú, người nuôi vợ chàng từ nhỏ, bà này phụ giúp săn sóc các con của chàng.

Vợ chàng đã làm gì để nuôi con, trong khi chàng ở tù. Tự mở cửa hàng bán bún, bán cà phê tại nhà, hai đứa con lớn phụ mẹ, qua một thời gian không sống nổi phải đổi sang nghề may. Khi Tường về, công an khu vực nói với Tường: "Cô ở nhà may đến khuya, cháu đi tuần lúc 2 giờ sáng vẫn thấy cô còn ngồi may." Từ năm 1980, một cháu gái tốt nghiệp bác sĩ tại VN, vượt biên, đến Pháp gửi quà về trợ giúp gia đình. Ông anh vợ là Không quân di tản cùng gia đình cũng giúp đỡ. Đến năm 1985, các bạn hữu cùng khoá Võ Bị đã đi thoát, thành lập hội, chung góp nhau gửi quà cho các bạn đồng khoá còn kẹt lại Việt Nam. Các Bạn học Chu Văn An từ ngoại quốc cũng tìm cách giúp đỡ các bạn còn lại bên VN.

Trong những năm chàng ở tù, có thời gian vợ chàng lo lắng vất vả nhất là trường hợp cả ba con cùng bị sốt xuất huyết. Vợ chàng đã phải thức 11 đêm liên tục trông nom bên cạnh con. Sự chịu đựng của một phụ nữ yếu đuối đáng khâm phục biết bao!

Để phụ giúp gia đình chàng đã trải qua mọi công việc có thể. Những ngày đầu tiên chàng ngồi nhà một mình với Cún, hai bố con nhìn trời hiu quạnh, chàng xoa đầu Cún bế vào lòng, nó không rời xa chàng một bước, nó rúc đầu vào lòng chàng, hai chân quặp lấy tay chàng.... Vợ chàng ra chợ buôn bán mấy thứ lặt vặt như quần áo, thuốc tây, ba đứa con đi học. Chàng lủi thủi với Cún.

Một hôm chàng và Cún ngồi ở cửa ra vào, nhìn trời mưa bay bay theo gió thì Lê Ôn Dương, bạn học ở Chu Văn An đi xe đạp tới. Trước 1975 Dương là một công tử thứ thiệt, trong khi bạn bè còn đi xe đạp thì Dương đã lái xe hơi. Dương dựng xe đạp và nói: "Ông bạn gần nhà tao được thả cùng với mày, nên tao biết tin mày". Rồi Dương rút ví ra lấy 300 đưa cho chàng và nói: "Tao vừa lãnh tiền công được 600 đồng, mày cầm 300, có tiền đi xe buýt. Từ từ rồi tính. Tao chưa có việc làm nhất định. Mày giữ gìn sức khoẻ. Thôi tao đi phụ việc cho người ta." Chàng chỉ kịp nói: "Cám ơn mày". Lê Ôn Dương là bạn học đầu tiên đến thăm chàng.

Chàng có một bà thím ở trong Đồng Ông Cộ, Gia Định, năm 1954 gia đình chàng di cư vào Nam, có ở nơi bà thím một thời gian, bà có 2 con trai và 2 con gái. Người con trai lớn là phóng viên tiền tuyến của quân đội đã tử trận khi đi công tác ngoài mặt trận. Người con gái Út có chồng là Hạ sĩ quan, chỉ đi học "cải tạo" ngắn hạn, được tin Tường về đến thăm nói: "Em lên thăm anh, ở nhà buồn lắm, anh đi theo em kiếm được đồng nào hay đồng ấy. Đi ra ngoài cho đỡ buồn."

Chú em hiện đang hành nghề bơm mực vào bút nguyên tử BIC và bơm gaz vào bật lửa gaz.

"Ừ, anh đi theo chú"

Mấy hôm vừa rồi, Tường theo ông Sáu ở trước cửa nhà, tập đạp xích lô. Ông Sáu nói: "Ông thày theo tôi, tôi chỉ cho ông thày, rồi tôi đạp nửa buổi, ông đạp nửa buổi". Thế là Tường và ông Sáu vào nghĩa trang gần nhà, Tường tập đạp xe, ông Sáu ngồi trên xe. Tường lái xe sao mà đâm ngay vào gốc cây, càng xe phía trước bị gẫy. Ông Sáu cười nói: "Ông làm nghề này không được rồi." Tường đang phân vân về cái càng xe bị gẫy thì ông Sáu nói:"Đừng lo, cái này tôi sửa lấy được."

Vậy là nghề thứ nhất: đạp xích lô không thành, ngày mai bắt đầu nghề thứ hai. Tường nhìn thấy đồ nghề của chú em để trong một cái thùng nhỏ giống như một cái hộp hình chữ nhật lớn, có quai sách... Chú em nói: "Anh tìm một địa điểm gần trường học để anh em mình làm việc."

Chàng nghĩ tới trường Cứu Thế ở Kỳ Đồng, chàng nói: "Sáng mai em đến, rồi hai anh em mình ra trường Cứu Thế gần đây."

Chàng bắt đầu nghề thứ hai, bơm mực vào bút nguyên tử BIC và bơm gaz vào bật lửa. Hai anh em chở nhau bằng xe đạp ra chợ Trương Minh Giảng, ghé cà phê bên đường làm mỗi người một ly cà phê đen rồi đi đến trường Cứu Thế. Trước 1975 Tường là giáo sư của trường này. Hai anh em kiếm một chỗ ngồi giữa trường và nhà thờ Dòng Chúa Cứu Thế. Chú em lấy cái ghế xếp đưa cho anh ngồi còn mình kiếm hòn gạch làm ghế. Chú em bầy biện đồ nghề, mấy cây bút BIC, một ống mực mầu xanh, một ống mực mầu đỏ, mấy cái bật lửa gaz, mấy tube đựng gaz. Học trò lớn nhỏ vây quanh, có triển vọng đắt hàng. Không có học trò cũ của Tường vì lớp học trò mà Tường dậy đã cách đây mười năm rồi, hẳn đã ra đời kiếm ăn. Tường nhìn chú em bơm mực vào bút cho khách hàng đầu tiên, chú vừa biểu diễn vừa giải thích: "Cái khó là bơm mực làm sao cho xuống đều, không có bong bóng vì nếu có bong bóng ở đầu bút gần bi thì mực không ra được. Anh xem em làm một hai cái rồi từ từ anh làm." Giữa lúc ấy có một Cha từ nhà thờ đi ra nhờ bơm gaz cho hai cái bật lửa. Chú em đỡ lấy rồi bắt đầu thao tác từ từ, vừa làm vừa giải nghĩa cho Tường: "Muốn bơm gaz vào bật lửa phải tháo cái nắp đậy ở đầu bật lửa, rồi đến cái bánh xe, quan trọng nhất là cái "rờ-so" không bị văng mất bằng cách làm từ từ, lấy ngón tay đỡ nó rồi mới dùng tube gaz bơm gaz vào cái khe nhỏ ở đầu bật lửa. Anh nhìn kỹ em làm, cũng khó chứ không phải dễ đâu. Nhưng làm rồi nó cũng quen." Chú lại ôn tồn nói tiếp: "Ngày đầu tiên anh chú ý em làm, để em làm cho êm đẹp, câu khách. Ngày mai em sẽ để anh làm một hai cái bút và bật lửa. Hôm nay anh lấy bút và bật lửa trong thùng của em để thực tập." Tường cố gắng từ từ thực tập trong khi chú em nhìn chàng cười khuyến khích. Cuối cùng với sự cố gắng, từ từ làm, Tường cũng bơm được một bút bi và cho gaz vào được một cái bật lửa. Làm được hai cái mà mồ hôi ra đẫm lòng bàn tay. Chàng nghĩ ngày mai thật sự làm lấy tiền không biết ra sao đây!

Ngày kế tiếp và những ngày tiếp theo, cả hai thứ Tường đều bị hỏng nhiều hơn là được. Bút bi thì có bong bóng, mực không xuống được. Bật lửa tháo ra thì "rờ-so" văng mất, tìm mãi không ra, hỏng thì phải lấy của mình đền vào. Hết một tuần Tường phải cám ơn chú em và chấm dứt, không kéo dài làm phiền chú em nữa vì không những làm mất khách mà chú còn phải bồi thường ruột bút bi và "rờ-so" của cái bật lửa bị văng mất.

Tường đi kiếm việc thứ ba, việc gì đây? Vợ con đi làm, đi học, một mình Tường ngồi buồn so ở nhà, Cún thấy chú buồn cứ chạy vòng quanh Tường thấy mà tội nghiệp. Tường cầm tờ báo hàng ngày đọc thấy chữ: "Cần người" hồi hộp xem: "Cần người rao bán mật ong, đến hãng lấy không cần đặt cọc, bán được chia hoa hồng".

Ngày hôm sau Tường đến hãng ở bên Gia Định, ghi lý lịch, địa chỉ. Cô thư ký thấy Tường chỉ có một tờ giấy ra trại, bèn nói với Tường: "Phải có chứng minh nhân dân có hình ảnh mới được đi giao hàng vì không cần đặt tiền thế chân." Cô ngừng lại nhìn Tường có vẻ cảm thông rồi nói: "Em ghi địa chỉ, tên tuổi của anh, em cứ giao hàng cho anh, anh cẩn thận đừng đánh vỡ." Cô thư ký nói xong, đưa cho Tường một thùng gồm 6 chai. Tường cảm ơn và bắt đầu đi kiếm mối bán hàng.

Chàng đi đến mấy chợ, chào hỏi mấy sạp

bán hàng, rồi đi vào tiệm giải khát, tiệm ăn... đến chiều thì chàng bán được 4 chai. Chàng đạp xe về thẳng hãng gặp cô thư ký tử tế. Cô cười đưa tiền hoa hồng và nói: "Ngày đầu mà anh làm như vậy là giỏi lắm. Hẹn gặp anh ngày mai."

Tường cũng thấy vui trong lòng, cầm chút tiền đầu tiên kể từ ngày về mà chàng làm ra. Chàng mua vài cái bánh bột lọc cho con. Chàng chợt nảy ra ý kiến, chàng rẽ vào đường Trần Quang Khải vào nhà mẹ nuôi, chàng trình bầy muốn làm đại lý cho hãng mật ong. Mẹ nuôi đồng ý, sẵn có tủ kính trước kia của tiệm hình, chàng thấy quá đẹp để bầy các chai mật ong. Chàng sẽ vẽ chữ, trình bầy thu hút khách hàng qua đường.

Ngày hôm sau chàng hớn hở gặp cô thư ký trình bầy ý định làm đại lý cho hãng. Cô thư ký rất vui mừng nhìn chàng có vẻ khâm phục. Cô vào trình bầy với ban quản lý. Mấy phút sau, cô ra nói với chàng: "Em theo anh đến cửa hàng đó để về tả lại cho ban quản trị của hãng." Tường vui vẻ hướng dẫn cô thư ký đi đến cửa tiệm, được mẹ nuôi chàng tiếp đãi tử tế. Cô thư ký thích quá, rủ chàng quay lại hãng để xem kết quả ra sao. Ban quản trị đồng ý và giao công tác trực tiếp cho thư ký và chàng. Tiền ứng trước được tượng trưng, tiền hoa hồng hai bên đều đồng ý. Sáng mai cô thư ký sẽ đem hàng đến và phụ với chàng bày biện trong tủ kính.

Bước đầu thật tốt đẹp và Tường thấy vui vẻ, hy vọng rất nhiều.

Ngày khai trương, cô thư ký và chàng đứng chào hàng, hàng xóm và người qua lại, khách xem ciné rạp Văn Hoa trước tiệm vào xem đông vui. Có mật ong mẫu cho khách hàng thử. Số người mua nhiều không ngờ tới. Mẹ nuôi chàng cũng hớn hở. Được biết ngày khai trương thành công. Ngày hôm sau, ban quản trị đến thăm, cửa hàng vừa lúc có khách hàng ra vào mua sắm. Mọi người đều vui vẻ. Tuần lễ đầu đông khách, tuần lễ thứ hai giảm dần đến tuần lễ thứ tư cuối tháng vắng khách, có tiếng phàn nàn là mật ong nhiều đường quá. Sang tháng thứ hai, rồi tháng thứ ba bắt đầu ế ẩm. Cả ngày không bán được một chai. Đến tháng thứ tư thì đóng tiệm. Tường lại thất nghiệp! Biết làm gì đây? Chàng tự hỏi?

Một buổi chiều, chàng đang sới đất quanh gốc cây hoa nhài trước nhà. Cây hoa này chàng trồng đã lâu, hoa nở về đêm, mầu trắng và rất thơm, Cún luôn bên cạnh. Chàng trông cây và nhớ đến câu thơ của Tô Thùy Yên: *"Mười năm cây có nhớ người xa?"* thì Cẩn đến. Cẩn là bạn cùng khoá Võ Bị Đà Lạt với chàng: "Tao đến có việc cho mày. Tao đang làm ở khu gần nhà tao, có hai ba mối gần nhà mày tao để cho mày."

- "Mày chưa nói việc gì"

- "Ờ nhỉ tao cứ tưởng mày biết rồi. Chở nước đá cho cửa hàng giải khát bên đường. Nhưng tao phải đến mày sớm, để tu bổ xe đạp của mày, phải có porte baggage chắc chắn, vì mày biết đây là một tảng nước đá lớn và nặng lắm, còn cần thêm một cái bao tải để bọc lại cho nước đá bớt chảy nước dưới trời nóng. Tao đã đem cho mày bao tải đây rồi." Nói xong, Cẩn đưa cho Tường cái bao tải và bắt đầu tu bổ xe đạp cho Tường, đây là nghề tủ của Cẩn. Tường đi pha hai ly nước chanh cho chàng và Cẩn.

Tu bổ xong xe đạp cho Tường, Cẩn đưa Tường đến hai tiệm giải khát để ngày mai Tường giao nước đá, một ở đường Kỳ Đồng, một ở góc Yên Đổ và Trương Minh Giảng. Sau đó Cẩn lại dẫn Tường đến hãng nước đá, mua một cây nước đá 270 đồng, đến giao cho tiệm giải khát là 320 đồng. Cẩn nói: "Mỗi cây được

50 đồng nhưng vất vả, nặng nhọc lắm mày ơi".

Một nghề mới bắt đầu. Tường tự hỏi không biết trụ được bao lâu.

Sáng hôm sau, Tường dậy sớm, cột bao tải vào xe, rồi vào lục cơm nguội, làm một chén đầy, chàng xẻ một ít cho Cún, uống một hơi nước rồi ra xe đi, lúc ấy vợ chàng và thằng Út còn ngủ vì Út khóc đêm nên vợ chàng mất ngủ. Chàng đi thẳng đến hãng nước đá đưa 270 đồng, khiêng cây nước đá ra xe, lấy bao tải bọc lại cẩn thận, buộc chặt vào porte baggage. Chàng thử lắc lắc cái xe cho chắc ăn, rồi nhẩy lên xe đạp đi. Chàng cảm thấy nặng, chàng nhớ câu nói của Cẩn: "Nhưng vất vả và nặng nhọc lắm mày ơi". Đến chân cầu Trương Minh Giảng thì chàng phải xuống xe gò sức đẩy qua cầu. Qua được cầu thì chàng thở dốc, đến đầu đường Kỳ Đồng, chàng mới lên xe đạp qua trường Cứu Thế, rẽ trái tới xe bán bánh mì và giải khát. Người chủ vui vẻ phụ chàng khiêng cây nước đá xuống và đưa 320 đồng cho chàng và còn đưa cho chàng một ly siro giải khát. Tường cám ơn và cảm thấy vui trong lòng. Chàng lại nhắm về hãng nước đá để làm chuyến thứ hai. Hai chuyến giao hàng tốt đẹp. Làm trong buổi sáng sớm để tiệm có nước đá bán cả ngày.

Chàng hớn hở đạp xe về, qua cầu Trương Minh Giảng thì nghe thấy tiếng gọi tên chàng. Chàng nhận ra là Nguyễn Chánh Dật, bạn cùng khoá 18 Võ Bị Đà Lạt, Dật đang đạp xe xích lô. Hai người vào quán cà phê bên đường. Dật nói: "Vào đây làm ly cà phê mày, mày đi đâu đây?" Tường nói cho Dật hay công việc của mình. Dật cười: "Buổi sáng tao đạp xích lô, buổi chiều tao làm thầy. Chiều tao dạy Anh văn cho con cái của mấy gia đình có bảo lãnh đi Mỹ". Lúc chia tay, Dật dúi vào tay chàng một ít tiền: "Cầm một chút để uống cà phê. Lúc nào rảnh tao ghé mày."

Tường nhìn theo bạn và suy nghĩ: "Kèm Anh văn cho các gia đình có bảo lãnh hay cho các học sinh lấy Anh văn là sinh ngữ chính. là việc chàng có thể làm được. Trong tù, hàng ngày đi lao động Tường chép 2 đến 4 danh từ, tĩnh từ và động từ để học thuộc trong một ngày, chàng chép ra từ cuốn tự điển nhỏ dấu được hoặc để dành bất cứ một mảnh giấy gói đồ nào có chữ tiếng Anh. Do đó chàng có một số vốn tiếng Anh. Từ ngày trở về, chàng ôn lại văn phạm để chỉ cho các con. Chàng nghĩ chàng có đủ khả năng để kèm Anh văn nếu tìm được công việc này.

Thời gian trôi qua rất nhanh, đã qua Tết được ít ngày. Sau mười năm xa cách, đây là cái Tết đầu tiên chàng có mặt ở nhà cùng vợ con. Nhờ có chút quà từ ngoại quốc gửi về nên mấy ngày Tết cũng có miếng thịt, bánh chưng và hộp mứt. Không khí vui vẻ, đầm ấm. Vợ chồng chàng cũng sắm sửa đồ cúng đem lên mẹ, mua trái cây, bánh mứt phụ với bà chị và biếu mẹ một chút tiền. Tường cảm thấy lo lắng về sức khoẻ của mẹ vì chàng thấy mẹ mỗi ngày một yếu. Chàng gặp Cẩn nhờ Cẩn thế chàng một thời gian giao nước đá cho tiệm giải khát, để chàng có thời gian săn sóc mẹ. Ăn Tết xong được nửa tháng thì Tường cõng mẹ sang bệnh viện Bình Dân, tìm được bác sĩ quen trước 1975. Bác sĩ cho biết mẹ chàng bị ung thư dạ dầy cần phải giải phẫu, cắt bỏ một khoảng. Giải phẫu xong mẹ chàng có vẻ khoẻ. Bác sĩ cho biết nên chuẩn bị hậu sự cho cụ. Chàng cõng mẹ về, mẹ thèm ăn gì, chàng đều làm theo ý mẹ. Chàng cho các con lên thăm bà nội thường xuyên. Đầu tháng hai năm 1986, anh ruột của Tường được thả về. Mẹ chàng rất vui, các con đầy đủ, có các cháu sum họp. Ngày 12 tháng 3 năm 1986 tức là ngày 3 tháng 2 năm

Bính Dần, mẹ chàng ra đi vĩnh viễn trước sự đầy đủ của con cháu. Mọi người nói cụ cố sống tới ngày con trai lớn được về rồi mới ra đi.

Trong hoàn cảnh eo hẹp về tài chánh, tất cả con cháu họ hàng xa gần đều mỗi người một tay góp vào chi phí nên tang lễ cũng trọn vẹn, tốt đẹp. Tường lo gần như hầu hết công việc từ mọi thủ tục tang lễ đến chôn cất. Ngày tang lễ, theo thủ tục "Cha đưa mẹ đón" hai anh em Tường đi giật lùi trước linh cữu một quãng đường rồi mới lên xe đến nghĩa trang ngoại ô thành phố. Tường cũng lo xây cất phần mộ cho mẹ. Tường nhớ lại bố mất năm 1954, giữa lúc mọi người đang lo lắng rời Hà Nội xuống Hải Phòng để di cư vào Nam nên đám tang của Bố rất vội vàng. Sau năm 1975, bà chị của Tường về lại miền Bắc không tìm được mộ của Bố vì nghĩa trang đã bị giải toả.

Tang lễ mẹ chàng, Tường cám ơn rất nhiều bạn học Chu Văn An và Võ Bị Đà Lạt đã đến tiễn đưa mẹ chàng và phúng điếu giúp đỡ chàng trong lúc khó khăn. Ngoại quốc tiếp tay giúp đỡ chàng ngoài Hội Ái Hữu khoá 18 Võ Bị Đà Lạt, còn có bạn học Chu Văn An như Đỗ Phan Hạnh, Lê Tiến Phụ ở Canada, Trần Xuân Dũng ở Úc Đại Lợi. Chàng ghi nhớ và biết ơn các bạn.

Tường lại tiếp tục chở nước đá giao đến tiệm giải khát. Chàng có thêm một mối là tiệm giải khát gần cư xá trên đường Phan Đình Phùng, xa hơn hai nơi cũ, nhưng phải cố gắng để kiếm thêm chút tiền. Càng ngày Tường càng cảm thấy công việc càng nặng nhọc, cây đá Tường cảm thấy mỗi lúc một nặng thêm. Mỗi lần để lên xe hay đem xuống xe rất khó khăn, cần người giúp đỡ.

Một sáng giao nước đá ở đường Phan Đình Phùng, Tường đuối sức làm nước đá tuột từ trên xe xuống đất vỡ làm nhiều mảnh. Bà chủ tiệm la lối om xòm, chàng không biết làm sao, còn đứng ngơ ngẩn thì nghe tiếng nói: "Mẹ không được la hét nữa" Rồi chàng nghe tiếng nói tiếp theo và một vòng tay ôm lấy chàng: "Thầy, thầy ra nông nỗi này! Em là Khánh đây. Học trò của thầy ở Tân Dân, Kiến Hoà." Tường nắm lấy tay học trò, hai hàng nước mắt của cả hai thầy trò đang lăn trên má. Bà mẹ của Khánh đứng lặng nhìn hai người ....

"Thầy ơi, thầy đi về đi, thầy vẫn ở chỗ cũ phải không?" Tường gật đầu. Khánh lấy tiền từ tay mẹ bỏ vào túi của Tường và dắt xe đạp đưa cho Tường.

Tường đạp xe về, mà bồi hồi xúc cảm, không nói nên lời. Chàng suy nghĩ không biết ngày mai có nên giao nước đá ở mối này nữa không? Chàng suy nghĩ cho tới khi về đến nhà. Cún chạy ra mừng rỡ chàng mới hết bàng hoàng, ngơ ngác. Vợ chàng thấy chồng còn ốm yếu mà làm việc nặng nhọc quá, so với sức chàng, vợ chàng nói: "Việc nặng nhọc quá sức của anh, anh nói với anh Cẩn, anh nghỉ đi. Trời sinh voi, trời sinh cỏ, từ từ rồi tính."

Chàng tìm gặp Cẩn, nói ý định ấy. Cẩn nói: "Tao bảo mày ngay từ đầu, vất vả và nặng nhọc lắm. Tao cũng tính nghỉ đây, đi làm thợ mộc cho thằng Ánh. Hồi trong tù, tao có làm thợ mộc một thời gian." Hai thằng nói chuyện một lúc lâu, Tường ra về, vừa đi vừa tự hỏi, làm gì đây, quà của các bạn gửi về giúp đỡ cho gia đình chàng rất nhiều nhưng không phải là liên tục, không thể coi là thu nhập chính, chỉ có thể coi như những bông hoa thêm vào bình hoa mà thôi. Thu nhập chính vẫn phải là do sức của chính mình, Tường vẫn nghĩ vậy và chàng cố gắng tìm cách này, cách khác để kiếm tiền. Lúc này đây Tường mới thông cảm và nể phục vợ chàng suốt mười năm trời tần tảo, bươn chải nuôi con.

Một tuần lễ trôi qua, một buổi chiều, Khánh dẫn bạn, ba nam và ba nữ, học trò cũ của Tường đến thăm. Tường mừng rỡ và cảm động. Khánh nói: "Em còn đang liên lạc với các anh chị ở xa, sẽ đến thăm thầy sau. Tụi em có ít quà biếu thầy"

Tường nhìn thấy bịch gạo, thùng mì ăn liền, mấy gói đậu hạt và một gói báo để trên bàn. Tường biết gói báo đó là tiền của các em gom góp lại, nên Tường nói ngay: "Tất cả những thực phẩm thì thầy nhận và cảm ơn các em. Riêng tiền thì cho thầy từ chối. Chân tay thầy còn đầy đủ, thầy có thể bươn chải sinh nhai được, các em cho thầy gửi lại tiền." Các em năn nỉ sao Tường cũng nhất định từ chối. Cuối cùng các em có một đề nghị: "Hơn mười năm trước thầy dạy tụi em, nay các con của tụi em đã trên 10 tuổi, đang lo thi vào lớp mười. Tụi em đề nghị thầy dạy kèm cho tụi con em." Tường nghe nói như vậy, rất vui mừng, không ngờ có cơ hội trở lại nghề dạy học. Tường nhận lời và bàn bạc với các em định ngày mở lớp.

Tường nhờ Cẩn đóng mấy cái bàn học dã chiến, tính sao kê gọn trong phòng khách, mua mấy miếng gỗ ép sơn mầu xanh đậm để làm bảng, sửa soạn mọi thứ trong vòng một tuần lễ.

Đến ngày khai giảng, học trò của Tường dẫn các con tới. Tổng cộng mười đứa cả trai lẫn gái, đứa nào trông cũng khôi ngô, dễ thương. Tường để Út ngồi học chung với các bạn. Tường thấy trong lòng hớn hở, vui vẻ vô cùng. Ngày đầu tiên chàng lấy số, ghi tên các em, tên bố mẹ và địa chỉ. Cho biết thời gian học, mấy tiếng một ngày. Kỷ luật trong lớp, bài làm, bài học như thế nào từ 8 giờ đến 12 giờ. Cha mẹ các em cũng ngồi nghe và cho ý kiến.

Ngày hôm sau, chính thức việc học. Chàng nghĩ phải thành công trong bước đầu, kèm sao cho mười đứa thi lớp 10 phải đậu cả 10 thì mới có đà dậy các môn khác. Chàng sung sướng không ngờ lại trở về được nghề dậy học. Chàng thầm cám ơn các học trò của chàng.

Ngoài hai môn toán Hình học và Đại số, Tường dậy thêm Anh văn, cần đặt nặng vấn đề vào văn phạm và cách đặt câu. Út có bạn mới nên rất vui vẻ.

Tường mua tất cả các sách văn phạm Anh văn bằng cả tiếng Anh lẫn tiếng Việt về nghiên cứu, viết thành bài học giản dị, dễ hiểu, từ dễ đến khó. Tường rút kinh nghiệm Tường đã học qua, khi học Anh văn tại trường Sinh ngữ Quân đội để thi tuyển du học với các đồng minh.

Tường soạn những bài thi theo kiểu trắc nghiệm:

1. Đúng, sai

2. Chọn lựa a,b,c,d

3. Điền vào chỗ trống

4. Viết 10 dòng, 20 dòng

5. Viết có chủ đề

Một buổi chiều, Tường đang ngồi chấm bài tập toán của học trò thì có người ghé nhà cho chàng biết có thư của Nguyệt, đến nhà em họ Nguyệt lấy thư.

Ottawa ngày 15 tháng 12 năm 1986

Anh yêu mến. Tình yêu của em, Cuộc đời của em.

Đêm nay ngồi đây cô đơn trong phòng này, ngoài kia trời Canada đang mùa đông giá lạnh, nhưng lòng em còn lạnh hơn mùa đông. Em viết cho anh lá thư này, Lá thư tình yêu thứ nhất trong đời em và cũng là lá thư cuối cùng. Anh là người tình, là tình yêu đầu đời và cũng là cuối cùng. Định mệnh đã an bài để em gặp anh và anh ơi, em đã giang tay ôm lấy, đã say mê trong cô đơn đau đớn mà không hề hối tiếc, em yêu anh đầm ấm thiết tha. Tình yêu của Em. Ngày mai Em phải theo chồng, sẽ xa anh mãi mãi, nghìn trùng cách trở. Đừng nhìn nhau nữa anh ơi, em sắp đi rồi, em sẽ đi đây anh yêu dấu. Chồng em sang đón em. Mẹ con em sẽ theo chồng về Đài Loan. Một người chồng tốt của mẹ con em. Anh yên lòng và không còn nói "Tội nghiệp em tôi". Khi ở Việt Nam, em không đi vì còn săn sóc bố mẹ. Nay bố em đã mất, mẹ có vợ chồng Nam, chồng em sang đón và mẹ con em sẽ đi. Ngày mai sẽ rời Canada.

Em còn nhớ, ông nội em khi còn sống, sáng nào cũng uống trà, ông em ở trên gác và tự đun lấy nước sôi để pha trà trong một cái ấm nhỏ mầu gan gà. Một hôm ông vô ý tuột tay vỡ nát, ông thẫn thờ, một lúc sau cầm cái vung của ấm trà ném mạnh xuống cầu thang cho vỡ theo cái ấm. Em ở dưới nhà, nghe tiếng ấm vỡ, chạy vội đến chân cầu thang và lượm được cái vung còn nguyên đem đến cho ông em. Anh ơi, em như cái bình đã vỡ theo định mệnh. Anh như cái vung, về lại với chị, một chiếc bình còn nguyên. Nay bình vỡ trôi dạt trên biển đã có bến bờ, anh cũng yên lòng, và chúc phúc cho Em, anh đã mừng cho Em.

Ngày đầu tiên em gặp anh trong sân trường Luật khoa, đường Duy Tân. Em mặc áo đầm mầu xanh, đang đứng xem bảng yết thị tin tức của trường thì nghe tiếng như reo vui: "Đẹp quá." Em quay lại nhìn thấy anh, miệng anh cười và ánh mắt nhìn em như nhìn một người em gái, thân mật như đã quen lâu rồi. Em khẽ đáp "Cám ơn anh." Giản dị có thế thôi; vậy mà giây phút ấy là một định mệnh đối với em và mỗi lần đến trường Luật là em có ý tìm anh, rồi gặp lại anh, rồi nói chuyện với anh, rồi nhớ anh, rồi yêu anh. Suốt thời gian mới gặp nhau, anh cho biết có gia đình, nói chuyện với em rất hồn nhiên như nói với em gái, giọng nói ấm áp, mắt nhìn bao dung, không một lời tán tỉnh. Trái lại có vẻ tránh né những lúc có không khí thân mật vì lúc nào anh cũng tỏ ra có gia đình rồi. Vậy mà tại sao em lại yêu anh. Tình yêu không thể giải thích được. Thôi thì chấp nhận để được nhớ nhung, để được mừng rỡ, để được sung sướng mỗi khi gặp nhau và cũng biết rằng sẽ đau đớn, sẽ khắc khoải, sẽ cô đơn, sẽ có đầy nước mắt, nhưng em tự nguyện, em chấp nhận để em yêu anh, một đời yêu anh.

Từ dòng chữ đầu tiên đến giờ em phải ngưng lại bao lần để lau nước mắt, em sung sướng được thoả lòng mong muốn được khóc, khóc thật nhiều như lúc này đang viết thư cho anh.

Em ngồi đây đang rung động theo từng hình ảnh kỷ niệm đang rõ ràng trong tâm hồn em. Từ ngày gặp anh, yêu anh cho tới ngày cuối cùng em được thật sự bên anh vỏn vẹn hơn một năm trời, Ngày oan trái 30 tháng 4 ập tới. Một năm trời với biết bao nhiêu kỷ niệm, từ sân trường, từ công viên, từ góc phố, từ Thủ Đức đến Lái Thiêu. Từ quán kem đến xe mì, từ bánh mì Bưu Điện đến chè ba mầu, từ phở 79 đến nước mía Viễn Đông. Ôi! Hai đứa mình đã để lại hình bóng ở biết bao nhiêu nơi chốn, để đến giờ này ngồi đây một mình, em nhớ anh vô cùng.

Em nhớ ngày cuối cùng em được ở bên anh, anh nâng niu, dịu dàng, đằm thắm, nhẹ nhàng đầy sự yêu thương, em nhớ mãi những nụ hôn ấy, nhớ mãi vòng tay êm ái và nhớ mãi đôi mắt ân tình anh ngắm nghía thân thể em như một chiêm ngưỡng thiêng liêng. Em nhớ nụ hôn anh trên vết son ở ngực em khi em hỏi: "Anh thấy vết son có lạ không?" Câu trả lời của anh như một lời thơ mà bây giờ và mãi mãi em luôn nhớ: "Đó là chiếc lá vàng đỏ rơi trên đồi một buổi sáng mùa xuân." Ôi! Em nhớ anh quá, anh ơi. Anh là tình yêu của em, là cuộc đời của em, là dĩ vãng thần tiên của Em.

Được tin anh về Nam, mẹ lên thăm anh thay em. Rồi cô em họ ở Sàigon cho em biết tin anh được thả ra, trông anh ốm yếu, gầy mòn, tim em đau nhói, lòng em thắt lại. Anh về tới nay đã hơn nửa năm. Em biết anh rất vất vả với hoàn cảnh hiện tại. Em mong anh giữ sức khoẻ. Chúng mình không còn gặp nhau nữa. Em nhớ khi còn trong quân ngũ anh đã đến Đài Loan và mua một áo đầm làm quà cho em. Bây giờ đây, em sẽ đến Đài Loan, đến những nơi anh đã đi qua để tìm dấu vết của anh. Xin hãy chúc phúc cho cả hai đứa mình và giờ này em phải được nói: "Tội nghiệp anh, Tội nghiệp anh của em, Em yêu anh, một đời yêu anh".*

Từ lúc người em họ của Nguyệt trao lá thư cho chàng, khi chàng ghé qua nhà. Chàng đã đọc lá thư đó biết bao nhiêu lần trên ghế đá công viên vườn Tao Đàn, nơi hai đứa thường ngồi nhìn lá rụng mùa thu. Chàng đọc từng chữ, từng chữ, tưởng tượng ngón tay Nguyệt đang viết trên mặt giấy và nước mắt nàng làm nhòe dòng chữ.

Ôi! Sao anh nhớ em vô cùng. Từ công viên Tao Đàn, chàng đi theo đường Nguyễn Du, tới nhà thờ Đức Bà, nơi đây chàng thường hẹn gặp Nguyệt trước cửa Bưu Điện, chàng đứng ngơ ngẩn nhìn đồng hồ trên nóc cao ốc Bưu điện mà nghĩ, mà tưởng tượng lúc này Nguyệt đang làm gì? Chàng chầm chậm đi về phía công viên Con Rùa.

Phố xá đìu hiu, thưa thớt người qua lại. Dinh Độc Lập của nền Cộng Hoà nay có "cờ máu" trên nóc. Chàng đi tới công viên Con Rùa, tìm một chỗ ngồi, lại lấy thư ra đọc. Chàng nghĩ đến vết son trên ngực Nguyệt, giờ đây như một đốm lửa sưởi ấm tâm hồn cô quạnh của chàng. Chàng nhớ Nguyệt chạy vòng vèo bên cạnh mặt hồ, gió thổi tóc nàng bay theo gió. Chàng đọc thư rồi bỗng nhiên chàng khóc. Bao nhiêu vất vả khổ nhục 10 năm tù đày, chàng chịu đựng, không khóc, không oán hận. Nhưng giờ đây, ngồi một mình chàng đã khóc, khóc cho em, khóc cho anh, khóc cho đất nước điêu linh. Chàng gấp thư lại và đi về phía trường Luật, nhớ những buổi cùng Nguyệt uống một ly chanh đường bên hè trước trường. Chàng chở Nguyệt trên Vespa đi chơi Thủ Đức, gặp mưa lớn, phải tá túc bên đường chờ mưa tạnh. Đến khi về lại trường thì quá muộn, chỗ gửi xe không còn một chiếc, trường không còn một bóng người. Xe gắn máy của Nguyệt không còn nữa. Cả hai đứa cùng hoảng hốt. Tường đi ra phía sau trường, mới biết nhà của bác giữ xe ở phía sau trường, hết giờ bác khiêng xe về để trong nhà bác. Tường sung sướng quá, mở khoá xe cho

Nguyệt, trong túi còn bao nhiêu tiền đưa biếu bác hết.

Nhà Nguyệt hai tầng bên ngõ lớn. Phía đối diện là một nhà lầu đang xây, có cầu thang bên hông. Đứng ở cầu thang là trông thấy phòng của Nguyệt qua cửa kính. Có những lần Tường nhớ Nguyệt quá, đứng bên này cầu thang bọc viên đá nhỏ bằng giấy ném khẽ lên cửa sổ thế là Nguyệt chạy xuống với chàng… Bây giờ trùng dương xa cách. Không còn cửa sổ nào để chàng nhìn thấy Nguyệt nữa. Em đã đi rồi, em đã đi thật rồi, để lại trong anh một nỗi nhớ khôn nguôi, một tình yêu chất ngất xao xuyến một đời người.

Việc dậy học tiến triển tốt đẹp, chàng cũng thấy yên tâm và mong kỳ thi tuyển vào lớp 10 các học trò của chàng sẽ trúng tuyển. Như mong muốn của chàng, tất cả học sinh đều trúng tuyển vào lớp 10. Bố mẹ học trò đều vui mừng, đến cảm ơn chàng và đề nghị cho chúng tiếp tục học thêm với chàng.

Cùng lúc lớp Anh văn cũng có nhiều học sinh. Chàng chuyên dậy văn phạm từ sơ đẳng cho tới cấp cao. Những bài thi Anh văn từ trong trường đến các lớp thi tuyển đều chú trọng đến văn phạm. Chàng tổng hợp các sách văn phạm của nhiều tác giả rồi soạn ra các bài văn phạm rất đơn giản, dễ hiểu, dễ nhớ nên các học sinh rất thích. Một hôm có bà Giám đốc ở cơ quan chuyên chích ngừa cho những người đi xuất ngoại, nhất là đi Mỹ và các nước phương Tây, đến yêu cầu chàng chỉ dẫn cho các bác sĩ cộng sản văn phạm để thi chứng chỉ B1 Anh văn, có chứng chỉ này mới có thể xuống tầu, các tầu ngoại quốc đang ghé hải cảng Việt Nam, để khám xét vệ sinh. Chàng đến dậy khoảng 10 bác sĩ ở trên lầu cơ quan. Thực chất những bác sĩ này từ các mật khu về thành phố, chuyên môn của họ chỉ bằng y tá của chế độ VNCH. Họ đối xử rất lễ phép đàng hoàng. Khi có tình thân rồi họ nói: "Thầy đừng nghĩ các em là Việt cộng. Nếu năm 54, các em di cư vào Nam thì giờ đây các em cũng là công chức hay quân nhân của chế độ Saigon".

Giao tiếp giữa thầy trò rất vui vẻ, cuối tuần có khi đi ăn uống với nhau. Họ xuống khám xét vệ sinh các tầu ngoại quốc đậu ở bến cảng Saigon, được biếu rượu ngoại quốc rồi đều biếu thầy một hai chai. Tình thân rất quý trọng nhau không phân biệt Quốc Cộng.

Phần lớn thu nhập được từ những lớp dậy Toán, Anh văn ở nhà và cơ quan dùng để trang trải chi tiêu trong gia đình.

Cuối năm 1990, chương trình HO đã có người được đi. Chàng và người bạn cùng khóa 18 Đà Lạt nộp đơn ở đường Nguyễn Du. Trong khi chờ đợi kết quả chàng vẫn tiếp tục dậy học tại nhà vì vẫn có học sinh. Công an khu vực gặp chàng vui vẻ: "Chú dạy học ở nhà còn tốt hơn cho cháu, vì không phải theo rõi hoạt động của chú."

Người bạn chàng cùng nộp đơn với chàng được gọi phỏng vấn, đã sang Hoa Kỳ rồi đi làm, gửi thư về cho chàng mà chàng thì chẳng có tin tức gì từ ngày nộp đơn. Chàng lên văn phòng tại đường Nguyễn Du hỏi. Người phụ trách tìm đơn của chàng mới thấy đơn bị rơi vào góc sàn, rồi nói: "May mà chú đến hỏi, tìm ra đơn, nếu không thì biết đến bao giờ mới được cứu xét.

Một số người muốn nhanh chóng, có tiền thì ra Hanoi xin giấy hộ chiếu (passport) còn chàng không có tiền nên cứ để tới đâu hay tới đó. Đầu năm 1992 chàng được gọi phỏng vấn. Những người đi trước chỉ dẫn chi tiết khi vào phỏng vấn, nào là ăn mặc chỉnh tề, chỉ ngồi khi được mời, nói tiếng Việt. Vợ con chỉ vào phòng khi được mời. Đến lượt chàng, người

Mỹ phỏng vấn chỉ hỏi chàng những câu giản dị như cấp bậc, nơi làm việc, du học ở đâu vào năm nào. Sau đó người phỏng vấn kết thúc: "Chào mừng ông và gia đình đến Hoa Kỳ". Chàng hỏi: "Vợ con chàng đang đợi ở ngoài có cần vào để được phỏng vấn không?" Câu trả lời là không cần thiết, một mình ông là đủ rồi.

Chàng ra khỏi phòng sau lời cám ơn và cho gia đình biết cuộc phỏng vấn đã xong và tốt đẹp. Mọi người thở phào nhẹ nhõm.

Thủ tục tiếp theo là khám sức khoẻ, hệ thống này lúc bấy giờ do các bác sĩ miền Bắc vào Nam làm việc. Để dễ dàng trót lọt cũng phải mất một số tiền và tiếp đến là thủ tục mua vé máy bay.

Trước khi đi, có chú Long làm với USCC, nơi nhà thờ phụ trách công việc giúp người tỵ nạn ở Portland về Saigon chơi. Chú đến nhà cho biết: "Em thấy tên gia đình anh đến tiểu bang Oregon, thành phố Portland, nơi nhà thờ em đang làm việc. Em tới cho anh hay, anh yên tâm. Sang đến nơi sẽ có người ra phi trường đón tiếp. Cơ quan em sẽ lo cho gia đình mọi việc, từ chỗ ở đến giấy tờ và trợ cấp…." Mọi người trong gia đình đều yên lòng khi nghe được như vậy, bởi vì người bạn đi trước đã liên lạc với cơ quan mà chú Long đang làm việc để nộp đơn xin cơ quan bảo lãnh cho gia đình chàng.

Sáng ngày 15 tháng 4 năm 1993, gia đình chàng rời Saigon, mọi người ra tiễn kể cả mấy bác sĩ, học trò của chàng, đem theo một bộ sơn mài gồm 4 miếng làm quà.

Gia đình chàng tới Mỹ cũng vào ngày 15 tháng 4, vì Việt Nam đi trước giờ Mỹ một ngày. Ngày 15 tháng 4 cũng là ngày sinh nhật của Út, con chàng, cho nên trên máy bay xuyên qua đại dương các cô tiếp viên xinh đẹp đã hát "Happy Birthday" chúc mừng sinh nhật cho Út.

Mọi người hớn hở vui mừng đón chờ những ngày sống trên đất Tự Do.

Phạm Trọng Sách, Portland
Viết xong ngày 2 tháng 4 năm 2021

MƯỜI NĂM

Hôm nay bắt đầu viết cho em. Anh đã bỏ được xe lăn từ hai ngày nay rồi.

Bắt đầu thế nào nhỉ? Bắt đầu ra sao để em khỏi giận anh về vụ điện thoại.

Anh còn nhớ, trong bộ "English for Today", quyển cuối cùng, số 6, có những bài thơ và truyện ngắn. Câu truyện cuối cùng không phải của nhà văn Mỹ viết, mà đó là một người Tô Cách Lan. Bạn sẽ thấy cách xin lỗi tài tình của chàng trai:

"I'm sorry, I am beside myself."

Chữ beside giản dị và nghẹn ngào biết bao! Dịch làm sao để có một chút than thở, một chút cô đơn, một chút trách móc! Anh đâu còn là anh nữa mà em giận anh, anh đang đi bên cạnh cuộc đời…

Năm 2001 hay 2002, anh không nhớ rõ. Hãng, nơi anh làm việc có hai buildings, một chính, một phụ, cách nhau 5, 10 phút lái xe. Trong tên hãng có chữ Finishing (Strategic Finishing) có nghĩa là hoàn tất. Hoàn tất cái gì? - Đây là một hãng sơn. Sơn "part". Để hoàn tất phải qua những giai đoạn sau đây: phải sơn cả hai phía trong, và phía ngoài. Sơn phía trong có loại dẫn điện, một gallon sơn trị giá gần ngàn bạc. Trước khi sơn phải rửa "part" bằng một hợp chất hoá học. Cái "wash line" có diện tích chiếm hết nửa sân bóng chuyền. Trước hết "part" được đưa vào máy phun hợp chất hoá học, sau đó được đưa qua nước ấm rồi nước lạnh, tiếp theo được quạt khô rồi mới đưa vào máy sấy. Nếu "part" còn ướt phải đem qua máy sấy lại. Nếu "part" lỗ chỗ không đều, cần phải xem lại nồng độ của chất hoá học.

Tại Main building có máy "wash line" nhỏ. Bên building thứ 2 có máy "wash line" cỡ lớn gấp đôi. Mỗi ngày phải rửa hàng ngàn "part" để đủ cung cấp cho nhiều đường dây sơn. Các đường dây sơn "set up" với một tốc độ cố định, không sơn kịp là "miss part", không chấp nhận được, vì cuối đường sơn (sơn đã xong) phải đi qua máy hấp là phần quan trọng. Bên kia, tận cùng của máy hấp là một toán chuyên viên mở to con mắt ra để "inspect" xem "part" nào good, "part" nào phải "rework". Cuối cùng là toán đóng thùng chở đi giao hàng.

Có gì liên hệ đến điện thoại đâu? Anh này "mát" rồi. Từ từ honey ơi, rồi đâu cũng vào đấy.

Trước khi vào làm cho hãng này, anh đã làm cho một hãng Nhật, lớn thứ hai ở Portland sau Boeing. Nhân viên IRC, bà Linda tốt bụng, đưa anh đi phỏng vấn, vừa lái xe vừa phỏng vấn anh. Tuy vậy, trước khi vào văn phòng phỏng vấn, bà nắm chặt tay anh nói "Good luck". Anh tự nhủ "Good luck" sao được, khi mà anh sẽ là đối thủ của hai thanh niên nói tiếng Mỹ ào ào đến phỏng vấn cùng một lượt với anh. Đến lượt anh, anh cứ từ từ "nặn" ra được chữ nào thì nói chữ đó. Anh kể: Anh đã từng là chiến binh VN, đã bị CS cầm tù, nay là refugee và tiếng Anh không giỏi.

Bà Mỹ phỏng vấn nói: "Anh hãy lần lượt đi qua các phòng đằng kia." Anh lần lượt đến:

- Phòng thứ nhất có chừng 10 cái hình nhà thờ; lấy hình đầu tiên là chuẩn, cho biết các hình sau khác nhau ở điểm nào.

- Phòng thứ hai có một đống đinh xoắn và mấy bảng sắt có đục lỗ. Hãy vặn các đinh vào đúng lỗ, có giới hạn thời gian. Anh bị thua tại phòng này nhưng cố vớt vát nói: "Tôi không làm nhanh, nhưng tôi có thể nói chắc chắn là có ba loại đinh khác nhau". Cô phỏng vấn mỉm cười.

- Sang phòng thứ ba, anh thấy trên TV nói về tổ chức, điều hành của hãng, có hiểu hết đâu, cho nên làm đúng hay sai thì dễ quá bởi vì làm đại, may rủi thôi mà.

- Đến phòng thứ tư, làm toán nhân, chia, trừ, cộng phân số, căn số sơ đẳng. Nghĩ bụng: Tao là thầy mà mày hỏi mấy toán vậy sao. Cô phỏng vấn cứ luôn mồm "good, good". Anh hỏi cô ta 23 nhân 11, mày nói ngay được không? Cô trả lời 253. Rồi sang quỹ tích cô ta cứ ngồi ngẩn người ra.

Quay trở lại phòng thứ nhất, gặp bà Mỹ có quyền quyết định, bà nói: "Anh về, sẽ liên lạc điện thoại với anh sau". Ôi cái điện thoại, nhìn nó mà mệt quá! Được hay không thì nói cho biết, còn chờ điện thoại. Cái điện thoại sao mà dễ ghét quá! Chưa hết đâu!

Một tuần sau đi làm, ối giời ơi! Thật là ác mộng. Làm graveyard ship, từ 11 đêm đến sáng hôm sau luôn. Khi về che cửa số cho tối, cố ăn cơm sớm, lên giường vỗ giấc ngủ. nằm lơ mơ, không tài nào ngủ được. Lại còn cái khổ về quần áo của hãng. Từ đầu đến chân phải che đắp một loại quần áo đặc riêng, nào mũ, nào găng tay, quần áo choàng, che giầy... Break time chỉ có 20 phút, ào ào thay ra, ào ào mặc vô. Xin đầu hàng, bèn break time tại chỗ.

Một ông thắt "cà vạt" đi loanh quanh chỗ anh đang làm việc nói:

- Good evening, Sir.

- Ông mới vào làm?

- Yes, Sir.

- Let me show you.

- Thank you a lot.

Đem hết sở học vừa học được, anh chỉ dẫn tận tình anh bạn Mỹ dễ thương. Ngày hôm sau đi làm. Leadership, người VN trẻ, dễ thương nói: "Chú, supervisor muốn gặp chú". "Có gì không vậy" "Không có gì đâu".

Lên gặp supervisor.

"Anh có biết hôm qua anh gặp ai không?"

"Không, tôi nghĩ là anh ta mới vào làm"

"Mới vào làm? Anh ta là Big Boss ở đây. Rất may, là anh ta chỉ thắc mắc là break time sao không ra ngoài nghỉ ngơi".

Câu chuyện anh thợ mới vào nghề chỉ việc cho ông Big Boss. Có nhiều ông VN nghe chuyện, đã tìm anh gật gù nói: "Biết đâu, mấy chuyện nhỏ khi làm lớn thì quên mất rồi". Rồi ông ta cười vỗ vai anh….

Chuyện đến đâu rồi nhỉ? Có dính dấp gì với điện thoại! Anh này "mát" nặng!

Làm được hai tháng, mất ngủ, cái ác cảm về việc thay quần áo… Xin đầu hàng. Thế là thất nghiệp, nằm nhà…..

Văn phòng IRC lại cho người dẫn đi xin việc. Đến hãng Strategic Finishing ở mãi Tualatin City cách Portland nữa giờ lái xe. Vậy mà anh đã làm cho hãng này đủ 10 năm cho tới khi về hưu vì trọng tình, trọng nghĩa.

Lúc đi phỏng vấn, đến hãng, gặp một ông Mỹ to lớn, nhìn bảng tên chỉ kịp thấy chữ Robert. Sao người Mỹ lắm Robert thế!

Nhân viên IRC và Robert nói gì với nhau

chẳng biết, xong đưa anh ra xe đi khám sức khoẻ, thử nước tiểu, hẹn sáng mai đến sở làm việc. Hãng này sao dễ dàng thế, chắc là hạng xoàng!

Sáng hôm sau, nhân viên IRC đưa anh tới văn phòng làm giấy tờ, xong nói ngày mai tự đi lấy một mình. Thế là xong việc.

Ngày kế tiếp, thằng con trai lớn đưa đi làm, nó vừa đi làm vừa đi học. Nó làm nơi cung cấp thực phẩm với hãng máy bay tại phi trường. Nó kể chuyện: "Thức ăn quá "date" trên máy bay đem xuống, nhiều khi trông còn ngon lành, tươi mát mà vẫn phải vất đi". Ông Boss nói: nếu muốn ăn cứ mở tủ mà ăn thức ăn mới. "Hết giờ con đến đón bố."

Anh đi vào hãng, Gặp lại ông Robert thì được biết thêm ông ta là Vice President. Hãng này gọi khác: Chủ Tịch và Phó Chủ tịch. Robert đưa anh đi từ khu này sang khu khác. Khi bắt đầu đi ông ta tự giới thiệu tên là Robert Amstrong, Vice President. Anh nói tôi là Sách Phạm, ông ta nhắc lại chữ Sách với vẻ khó khăn. Thấy ông ta vui tính, tôi nói tiếp "chữ Sách, tên tôi có nghĩa trong tiếng Anh là book, ông ta mừng ra mặt và nói: "Vậy từ nay ông cho phép tôi được gọi ông là "Book".

Anh chỉ có cách im lặng, bằng lòng. Vậy là từ đó anh có tên là Book. Ông giới thiệu anh tên là Book với mọi người trong hãng trong suốt thời gian làm việc. Robert rất cởi mở và thân thiện với mọi người.

Những người đi làm ở Mỹ, cứ chiều thứ sáu là vui nhất, tan sở, lái xe tà tà về nhà, trên đường về có thể ghé uống chai bia, ghé chợ mua thức ăn, lấy tờ báo vì ngay mai là thứ bẩy.

Chủ nhật qua nhanh, thứ hai ập tới. Vừa vào tới sở thì gặp ngay Robert. Ông ta gọi anh lại và nói: "Thứ bẩy vừa qua, tôi cần anh đi làm overtime, tôi gọi đến nhà anh, con gái anh trả lời là mistake, không có ai tên Book cả, anh nhớ cho cả nhà biết tên trong hãng của anh nhé."

Anh nói "Sorry". Robert nói OK rồi cười vui vẻ?

Vậy là có một chút dính đến điện thoại, nhưng chưa phải là chính. Chờ chút Honey!

Đến năm thứ hai, sự thân mật, trọng tình, trọng nghĩ thật đáng quý. Lúc này anh đang phụ trách "Wash line" bên Main building nên sản xuất ra ít, chưa thiết lập "Wash line" như bên building 2. Nhiều khi làm việc quên nghỉ; Robert trông thấy thế, bèn nói: "Book đi nghỉ, để đấy cho tôi", nhiều khi hắn mua lunch đưa cho anh để nghỉ đi ăn…

Hè, học trò cần việc làm. Anh dắt con gái, con dâu, dù hãng không mở "Chương trình Hè" mà bà Chủ vẫn nhận vào cho làm việc. Thỉnh thoảng trên văn phòng hãng mời một vài nhân viên thay phiên nhau ăn cơm cùng chủ cho vui.

Ông xếp lớn, President, là một Tiến sĩ hoá chất, rất bình dân, thường nói đùa trong bữa cơm là: "Hãng này là của tôi, bởi vì vợ con tôi đều là nhân viên trong hãng này."

Hãng liên lạc với Costco để làm thẻ cho nhân viên. Hãng sẽ đóng một nửa và nhân viên sẽ đóng một nửa cho mỗi thẻ. Anh luôn luôn được miễn phí. Anh xin thêm một thẻ cho con trai anh, và xin chịu một nửa, nhưng Bà xếp cũng cho miễn phí luôn. Tuy phí tổn không đáng là bao xong chứng tỏ được tình người đối với nhau! Hai ông bà có một cô con gái năm đó độ chừng 10, 12 tuổi, thỉnh thoảng cô bé hỏi tôi mấy chữ tiếng Việt, cô bé ghi tên học tiếng Việt trong trường. Mỗi lần cô bé đến Sở chơi, cô đều nghe lời bố mẹ đến tận chỗ tôi đang làm, khoanh tay, cúi đầu chào tôi: "Good Morning, my uncle". Cô bé cho tôi biết, nghỉ lễ này, cô học ở bên Singapore từ người cha nuôi của bố mẹ cô, ông ấy là người Trung Hoa.

Giờ này là 8:11 tối ngày 7 tháng 12 năm 2020. Honey, anh mệt rồi. Có mua vui cho em được chút nào không?

Ngày 8 tháng 12 năm 2020, 8:53 PM, tiếp được dòng nào hay dòng đó. Ngày đầu tiên đi làm, con trai tưởng bố sẽ làm đủ 8 tiếng, anh cũng vậy, ngờ đâu lại phải về sớm. Điện thoại đâu để gọi cho con đến đón. Làm như dễ lắm! Nghèo, mới đi làm thì lấy đâu ra cell phone. Mà sao Robert cũng bỏ mặc xác mình?!

Anh đi vào hãng tìm phone của hãng để gọi con đến đón, vì được phép gọi local. Lại gặp ngay "ông thần Robert". Anh trình bầy phải đợi 4 tiếng đồng hồ nữa con mới đến đón. Hắn suy nghĩ một phút, rồi vẫy tay đi theo hắn. Hắn dẫn anh tới khu vực sơn, chỉ cách "runner" cho người sơn. Nghĩa là: Cần phải biết chỗ nào cần sơn, chỗ nào không được sơn phía trong của cái part. Có những miếng kẽm vừa khít với những lỗ hổng, không cần sơn, Runner phải gắn nó với nhau cho thật khít. Tùy theo part, có part có 5, 6 miếng lớn nhỏ cần gắn. Có part nhiều hơn. Phải gắn thật khít để khi tháo ra lỗ hổng vẫn trắng tinh và đầu ngón tay không bị dính sơn để có thể lắp miếng nhỏ vào part mới khác cho người thợ sơn tiếp tục sơn. Điều này cần hai người hợp tác với nhau. Người "Runner" gắn thật khít và người thợ sơn, sơn vừa đúng tốc độ, không nhanh và không chậm để sơn vừa đủ khô, không dính vào tay. Suốt cả 4 tiếng đồng hồ đánh vật với job mới. Chung quanh anh, thợ sơn và Runner đứng vỗ tay khuyến khích.

Trên đường về, anh nói với con là job rất khó, cần phải nhanh mắt, nhanh tay. Anh tự nghĩ, bắt buộc phải làm được không thể để thất bại. Em biết không, có những part của IBM rất đắt tiền, rất phức tạp đưa đến sơn và không được làm hư quá 2%. Em có biết không, ngoài sự kiên nhẫn của anh dường như có vị nào phù trợ, bởi vì anh là người lớn tuổi nhất lại là người "Runner" tốt nhất.

Mỗi khi có khách viếng thăm, dù bất cứ anh đang làm điều gì cũng mời anh về biểu diễn cho khách coi. Một ông Thiếu Tá, đã từng chỉ huy 160 quân nhân nay đang đứng cô đơn trong lòng những người xa lạ, cố vung tay múa chân để duy trì cái job nuôi thân. Thật tủi thân, Có nên khóc không! - Không, anh đã không làm thế! Anh cố gắng vui với hiện tại. Giờ break, mấy chàng Mỹ trẻ tuổi, bế anh lên, mọi người vỗ tay và một cánh tay nào đây đưa cho anh một lon Coca. Anh nói: "Thank you Helen, thank you young lady!".

Anh sống rất hoà đồng trong hãng. Những người Mỹ có tuổi nhìn anh, cười thông cảm, bọn Mỹ trẻ gọi anh bằng Daddy. Anh đã khóc, rơi nước mắt trước những cảm tình ấy.

Mỗi khi phải bê cái gì nặng là nghe có tiếng nói sau lưng : "Daddy, để nó cho tôi". Trong hãng có ba người Việt Nam, một cô làm khu "Inspect" một làm tại khu "Shipping", lâu lâu gặp nhau rất vui vẻ.

Khi con trai anh đến đón, anh kể rằng: "Sau khi Vice President làm "orientation" xong là biến mất, không nói một lời nào. Bố hỏi cô ở văn phòng thì mới rõ là sáng nay chỉ cốt giới thiệu công việc của hãng, ngày mai mới chính thức làm việc. Nhưng sự việc đã xẩy ra tốt lành hơn".

Sáng hôm sau ông thần Robert đưa thẻ của hãng, chỉ cách cho scan khi đến làm và khi tan sở, đồng thời cho biết "hôm qua đã làm được 4 tiếng đồng hồ". Ông "thần" training anh đủ các khu vực trong hãng, từ runner, đánh giấy nháp, inspect… Riêng phần shipping thì xin hàng vì phải điều khiển cái xe chở các palette hàng đi vào những lối nhỏ, để chồng lên nhau rồi di chuyển vào xe chở hàng, phải làm nhanh và phải thi lấy bằng lái, cuối cùng anh chính thức làm ở khu "Washing machine". Khi ông thần training anh đã vừa ý, anh ta nói: "Từ nay Washing machine là của you, you có trách nhiệm run part, pha hoá chất, điều khiển công việc cho tốt. Có trở ngại gì đến gặp tôi". Thế là các supervisors, các thợ sơn, đều đến gặp anh yêu cầu thế này thế nọ, Anh đều vui vẻ làm vui lòng mọi người.

Thỉnh thoảng "big boss" ghé qua chào hỏi và nói: "Good Morning Sir" ông tiếp tục "You are Sir, your background was Major and graduated from Law University, you are Sir". Nghĩ thầm trong bụng "Sir" cái nỗi gì, lao động chân tay suốt ngày. Có những ngày part nhiều cần gấp, làm mệt nghỉ. Ông thần Robert (số 2) đi qua nói: "Work hard, Book". Cũng có ngày công việc ít hoặc không có ở khu Washing line, không cần phải nói với ai, anh chỉ cần treo một tấm bảng nhỏ nơi Washing machine với chữ

"Inspect", "Running", "Painting" là chỗ anh sẽ đến đó làm, rồi đề tên bên dưới, để ai cần kiếm anh thì đến những khu vực đó.

Có những ngày rảnh, ông thần Số 2 dậy anh sơn, bằng máy chạy điện. Không dễ đâu nghe em. Từ cách pha sơn, đến cách điều chỉnh vận tốc khi phun sơn để không quá nhiều, phí sơn và trở ngại cho "inspect" mà cũng không loãng quá, sơn sẽ bị chảy, phải "rework". Trước khi sơn cái "part" cũng phải dùng máy sơn quạt cho sạch bụi. Ông thần Số 2 có khi đang đứng train anh, có ai đến hỏi điều gì, đúng lúc anh quên quạt là ông thần nói ngay: "Don't forget to blow the part, Book!"

Vừa giải quyết công việc cho mọi nhân viên đến hỏi vừa lắng nghe xem anh có làm đúng không. Đúng là ông thần! Không việc gì trong hãng mà anh ta không biết, mà biết tận cùng. Mọi người đều ngán anh ta. Cười, cười vui vẻ đó, nhưng có lỗi mà lỗi nặng là nghỉ việc ngay. Nhưng anh ta rất thân mật như bạn bè, vui vẻ với mọi người, nhờ giúp đỡ cái gì là làm tới nơi tới chốn. Đúng là con người "thực dụng" của đất nước Hoa Kỳ. Nói về ông thần này, còn nhiều chuyện đáng nói. Nhưng để từ từ, mỗi lúc một chút.

Một chút về "Big Boss". Ông thần này (số 1), cao lớn, tóc hoa râm, râu quai nón, lúc nào cũng tươi cười, tên là Thom Randy. Chữ Thom đọc là Thơm. Có lần anh vui vẻ nói đùa với anh ta là: "Tên của ông trong tiếng Việt có nghĩ là thơm, thơm như nước hoa". Anh ta cười lớn, có vẻ khoái chí. Có lần anh ta xuống khu Washing line, anh ta đưa tay trái rồi tay phải xong cười nói: "very thơm".

Văn phòng của ông ở trên lầu, có cửa sổ rộng lớn, bất cứ ghế ngồi nào trong văn phòng cũng để ở vị trí có thể nhìn bao quát các khu vực dưới nhà của hãng. Ông ta rất ít khi xuống dưới nhà, còn ông thần Robert thì hầu như không ở trong văn phòng, suốt ngày hết khu vực này đến khu vực khác.

Một ông Vice President nữa, ông thần số 3, tên là Randy August, ông này hiền lành, thân mật, ít khi xuống các khu vực, phụ trách máy móc và hệ thống computer. Tên ông thứ 3 lại là họ của ông số một. Tên họ ở Mỹ cũng thấy lộn xộn.

Một hôm ông số 1 xuống khu vực Washing line gặp anh. Chào hỏi xong xuôi. Ông đưa chìa khóa của hãng. Anh tự hỏi "Cái gì lạ vậy?". Chỉ có 3 ông thần và surpervisors là có chìa khóa của hãng. Biết anh ngạc nhiên ông thần nói ngay: "Trong những ngày sắp tới cần wash nhiều part, you có thể đi làm sớm, về trễ, you cần chìa khóa, đừng để rơi mất." Nói xong, ông thần chẳng cần đồng ý hay không, cười cười quay đi, còn anh cười cười quay vô, tự nói với mình, buộc trách nhiệm vào mình đây!

Từ khi nhận chìa khóa chưa thấy rục rịch gì, có sáng anh đi làm sớm, mở khóa đi vào hãng, đã thấy ông thần số 1 đang lúi húi làm gì đó. Anh chào rồi đi thẳng đến Washing line. Vào trưa gần lunch time, thấy thư ký văn phòng xuống gặp anh và nói: "Big Boss nói Book nhớ scan thẻ nếu đi làm sớm hoặc về trễ". Cảm ơn Big Boss, giữ chìa khóa có gì mất mát là "tiêu đời", cầu mong bình yên.

Bây giờ nói một chút về ông thần số 3. Ông này hiền như "cục đất". Tại sao các cụ nói thế nhỉ? Ví người như cục đất. Ông này chỉ xuất hiện khi máy móc trục trặc. Trong hãng, hồi anh mới vào làm có một người VN nữa, phụ trách chạy cái máy "mạ kền" nghĩa là có thể mạ đủ các loại kim loại. Máy này có trục tròn giống như cái thùng sắt bự, vỏ là những cái khung tùy thuộc cái part lắp vào. Part lắp mặt trong là mặt cần phải mạ. Máy chạy bằng điện. Mấy ngày đầu người VN này huấn luyện anh chạy máy. Khi anh đã có thể làm một mình, anh làm từ trưa đến chiều tối rồi ông ta làm tiếp. Ông ta ít nói, không thân thiện. Anh thấy ông ta không thuận với cuộc sống này, hay nói về dĩ vãng. Anh cũng rất chia sẻ với ông ta về đời sống quan quyền thời trước. Ông ta làm một thời gian rồi không thấy nữa.

Một hôm thấy ông ta đi làm sớm đến 3 hay 4 tiếng đồng hồ. Đi cùng với bà supervisor đến chỗ máy. Bà supervisor nói: "Book, go home" Anh chưa nghe rõ một phần vì ngạc nhiên. Tuy vậy anh vẫn tươi cười nhìn hai người. Anh nghĩ chắc có part mới cần người làm lâu năm chạy máy. Anh thu xếp đồ đặc đi về thì thấy ông thần số 3 ở đó và chứng kiến mọi việc. Anh thấy mọi việc cũng bình thường lại được về sớm…

Khi ra cửa hãng vòng đến chỗ parking thì gặp ông thần số 3 đang đứng đó, ông ta nói: "Book, sáng mai tôi cần you đến làm ở "washing line", rồi cười, thế thôi.

Sáng hôm sau là thứ bảy, thứ sáu được về sớm mấy tiếng, tung tăng gặp bạn bè, làm chai bia thoải mái quá.

Sáng sớm thứ bẩy, bà xã làm cơm chiên Dương Châu, đem đi làm, thấy nhiều, anh xin 2 phần và 2 hộp nhựa đàng hoàng. Đến sở, anh đưa cho ông thần số 3 một hộp, hắn mở ra coi và nói thank you. Yêu cầu của hắn chỉ là làm chơi, rửa 4 cái part bằng tay rồi làm khô bằng quạt. Anh đang pha thuốc để rửa thì thấy hắn mở hộp cơm ra ăn sáng, hắn nhìn xuống chỗ anh và hai người nhìn nhau; hắn nói "number one" rồi cười rất tươi.

Anh rửa xong 4 cái part chỉ mất 2 tiếng đồng hồ. Hắn nói : "Book, scan out 4 hours and go home". Hôm qua, khi hắn nói đi làm thứ bẩy thì đã thấy là lạ. Con người có tình thân ái cũng có rất nhiều trên trái đất này. Anh đụng với ông thần số 3 có thế thôi, cho đến khi rời hãng chỉ nhìn thấy nhau đủ để *say hello*.

Chiều thứ sáu, được về sớm. Anh thong thả, ngắm trời, ngắm cây cỏ. Con đường đi vào hãng tràn ngập hoa dại mầu vàng trông như một cái thảm. Gió hiu hiu thổi, anh thấy mình bé nhỏ mà tự nhiên thấy thương mình. Bố mất sớm, mẹ quê mùa, nhà rất nghèo. Năm học đệ ngũ đã phải đi kèm trẻ tại tư gia. Còn nhớ kèm một đứa trẻ tại cư xá bệnh viện, hai ba tháng đầu được trả tiền sòng phẳng, đến tháng thứ tư, hết tháng mà không thấy nói gì. Ông bố cậu bé buồn buồn nói : "Cậu nghỉ đi". Anh ra về lòng buồn, không phải vì không có tiền lương tháng cuối mà buồn muốn khóc vì thấy người bố mắt đỏ hoe, mồm mấp máy như muốn nói gì! Trên dưới mười năm sau, một hôm anh đang đứng ở phi trường Cần Thơ chờ máy bay về Sàigon. Có một chàng phi công trẻ măng đứng nghiêm chào trước mặt hỏi: "Ông thầy về đâu? Ông thầy còn nhớ em không?" Thế là thày trò gặp nhau, được bay về Saigon bằng trực thăng, và còn được anh học trò này đưa đón bằng xe Honda của anh ta. Anh ta là phi công trực thăng, còn độc thân, ông bố đã mất. Anh nuôi mẹ và em gái. Đời sống cũng bình an.

Anh lái xe ra I5 South, lái đúng vận tốc giới hạn, miệng hát một bản nhạc, nhưng không còn nhớ là bài gì nữa. (Chuyện đi mua xe cũ cũng đáng kể lắm, nhưng thôi để khi khác). Xa xa bên trái là trường Đại Học Cộng Đồng. Anh đã học tại trường này năm 1993, tay lái từ từ rẽ trái đi vào trường. Gần 10 năm qua, trường xây cất rộng lớn, đẹp đẽ hơn, nhưng anh vẫn nhận ra lớp học đã học. Học trò thì dĩ nhiên là lạ hoắc.

Tháng 4 năm 1993, cả gia đình đến Portland, còn nhớ hôm đó là ngày 15, sinh nhật thằng Út. Khởi hành ở Sàigòn ngày 15 tháng 4 năm 1993 (HO6) đến Mỹ cũng ngày 15 tháng 4. Trên máy bay, mấy cô chiêu đãi viên xinh đẹp đến chỗ thằng Út hát "Happy Birthday". Thằng Út đỏ mặt lắp bắp nói "Thank you".

Đời sống văn minh bắt đầu!

Đến Seattle đổi máy bay đi các nơi khác. Các gia đình khác đi hết rồi, chỉ còn đơn độc gia đình anh đi Portland còn kẹt ở khu khám xét. Chó được đem đến để ngửi hành lý. Trời ơi, có gì quan trọng đây! Cái bọc thuốc tể có người ở Saigon nhờ đem sang Portland, chó cứ ngửi lên ngửi xuống. Thương người bây giờ tội mình, mặt mày con cái tái xanh. Trước khi đi, một gia đình ở Saigon đến tận nhà gửi thuốc cho ông bố bệnh nặng ở Portland. Thấy cô con gái năn nỉ, tình cảnh ốm đau như vậy, mà không giúp đỡ thì sao đành lòng mà có nặng gì đâu, chưa đến 2 pounds. Một lúc lâu sau, được trả lại hành lý bị trễ chuyến bay về Portland. Trời tối rồi, may người hướng dẫn thương tình book lại cho chuyến bay sau. Chú Long hội USCC và các bạn hội Võ Bị Đà Lạt đang đón chờ, đã phải chờ thêm một tiếng

Mười năm ▪ 155

rưỡi đồng hồ nữa. Sáng sớm hôm sau, họ đến lấy thuốc, nói lời cảm ơn và sau đó không hề liên lạc nữa mà anh cũng không nhớ người đó là ai. Thật tình không lấy của họ một đồng tốn phí nào!

Ngày hôm sau 16 tháng 4 năm 1993, bắt đầu cuộc sống trên đất Tự Do.

Những đoạn trên và viết sau này là những buồn vui của cuộc đời tha hương.

Đang nói chuyện về thăm trường cũ, anh nhớ đến chuyện trong Quốc Văn Giáo Khoa Thư hồi tiểu học ở quê hương làng Bát Tràng, huyện Gia Lâm, tỉnh Bắc Ninh. Hình ảnh một vị Tướng đứng khoanh tay ở của ra vào của lớp học nói với thày giáo nay đã già, tóc bạc phơ "Con là Roland đây". Vị tướng là một học trò đáng kính trên đời. Còn anh không gặp thầy cô nào cả. Có cô giáo thân thiết với con gái đã có lần hỏi: "Bố mày đâu rồi?" Con trả lời: "Bố em đi làm full time rồi!"

Sau 4 năm, con gái tốt nghiệp rồi vu quy. Tiệc cưới được tổ chức tại Seattle vì nhà trai ở đấy. Con gái đã mời các thầy cô, bao ăn và ở hotel tại Seattle. Thằng con rể cũng đáng nhắc trong chuyện này lắm! Nhưng thôi lan man quá. Đang nói chuyện đi học của anh tại Đại học Cộng Đồng ở Portland như thế nào nhỉ? Suy nghĩ gì nữa, nhớ đến đâu thì viết đến đó không là anh lại quên mất tiêu....

Tháng 4 năm 1993 nhờ sự giới thiệu của các bạn cùng khoá Võ Bị Đà Lạt, hội USCC (United States Catholic Conference) ở Portland đã bảo trợ đến định cư tại Portland, Oregon. Sang tháng tư rồi mà vẫn còn tuyết rơi. Lần đầu ngắm tuyết rơi, đẹp lạ vô cùng nhưng lòng lại thấy buồn khôn nguôi, chỉ trong vài ngày mà cuộc đời đã thay đổi hoàn toàn.

Tháng 4 cũng là thời gian để xin học bổng của tiểu bang tại các trường Đại học Cộng Đồng. Thế là mấy bố con tìm người hướng dẫn nộp đơn. Mặc khác vẫn lo thi bằng lái xe, xin thẻ An sinh Xã hội và nhất là đi tìm việc làm. Với sự hướng dẫn vài tuần về căn bản những việc cần làm để hội nhập vào đời sống mới. Sau mấy tuần lãnh trợ cấp của chính phủ, lần lượt mọi người đều có việc làm đồng thời cũng có học bổng. Khi có học bổng, các con bỏ việc để đi học toàn thời gian. Con trai út học lại lớp 12. Bà xã đi làm full time. Có người lái xe đưa đón, đến tháng trả tiền. Anh vẫn đi làm full time và học full time. Buổi trưa bằng cơm "tay cầm" nghĩa là vừa lái xe vừa ăn bánh mì, hoặc "cúp cour" ít phút về sớm. Anh ghi tên học các lớp thấp, thừa sức làm "homework" nhưng vẫn mất thì giờ. Năm học vất vả, gầy đi, phờ phạc. Cuối năm anh quyết định bỏ học, bởi nghĩ rằng học xong 4 năm thì tuổi đã lớn, sẽ không có hãng nào nhận làm. Thế là từ biệt trường Đại học. Đi làm full time, tiền học bổng để dành mua được cái xe (chuyện học lái xe của mấy bố con nếu kể ra cũng là một chuyện hấp dẫn. Bà xã đi làm full time, không học lái xe).

Khi có xe thì anh đã đang làm ở hãng sơn Finishing này rồi.

Dạo này làm ca chiều. Vào một buổi chiều anh đang sửa soạn đi về thì ông số 1 xuống nói: "Book, ở lại trễ, wash hết mấy xe này trước khi về để ngày mai khu vực sơn có part làm sớm". Chìa khóa của hãng bây giờ mới sử dụng đến. Có khi làm 10 đến 12 tiếng một ngày. Ông thần số 1 và số 2 ghé thăm, nhất là số 2 ngày nào cũng ghé "wash line" nói: "Hello Book, work hard". Tiếp tục kéo dài hơn một tháng, tuy mệt nhưng anh thấy vui, thấy toàn khu vực trong hãng bận rộn. Rồi đổi sang ca ngày. Một hôm vào khoảng 9 giờ sáng, mọi người tập họp ở khu "Inspect", đông đủ cả ba ông thần số 1, 2 và 3, bà xã của số 1 và các supervisor. Mọi người chờ đợi số một tuyên bố "Employee of the month" do các supervisor đề nghị (sao giống VC thi đua quá!)

Tên anh được đọc lớn, sau đó bà chủ đưa cho anh một phong bì và khẽ nói "open later" nên anh không mở ra ngay lúc đó. Mọi người vỗ tay rồi giải tán. Thằng John thường làm chung với anh hỏi: "Wha's that" anh trả lời "Volley ticket" vì mọi lần ai cũng được 2 vé đi xem Volley, những trận thư hùng, rất khó mua vé. Về đến Wash line, hé mở phong bì thấy 3 tờ $100. Ba trăm dollars, một số tiền lớn, công sức đổ ra, ngoài tiền lương ra lại có tiền thưởng. Anh làm việc không đòi hỏi hay mong đợi tiền thưởng, nhưng có cũng vui và cảm ơn vô cùng.

Cuối năm 1998, anh đã làm tại hãng này được gần 6 năm, đã có quốc tịch Mỹ. Mới ngày nào lên văn phòng xin nghỉ để đi thi quốc tịch, bà chủ và mọi người ở văn phòng đều chúc "Good luck". Khi đậu anh báo cho văn phòng hay. Văn phòng chụp hình, phóng lớn gắn vào bảng "Tin Tức" với lời chúc mừng.

Ông Số 2, ngoài việc đi kiểm soát từ khu

ngày sang khu khác, sang cả building 2, còn có một việc tự làm lấy một mình, đó là nướng khô những sơn còn dư lại.

Một hôm anh thấy ông thần ấy đeo kính bảo hộ, mang găng tay, lúi húi làm, không biết hắn làm cái gì. Anh ghé lại xem, ông thần đưa kính cho anh đeo. Anh đứng xem, thấy ông thần dùng dụng cụ xúc chất gì khô chết ở trong một hòm mạ kền ra cân. Hòm dài trên 1 mét, rộng trên nửa mét, rồi làm sạch trong hộp. Sau đó đổ các chất cặn của hàng chục can sơn vào hòm mạ kền này, đóng kín, bật điện cho chạy suốt ngày đêm, cho đến khi các chất cặn trong hòm khô keo, lấy ra cân ghi vào sổ.

Sau này ông thần cho biết tất cả sơn dư, sơn cặn không còn dùng được nữa, phải đổ vào hòm đó nướng khô như đất rồi cho vào một loại bao đặc biệt. Hàng năm, định kỳ, chính phủ đến khám xét. Không đủ tiêu chuẩn, còn chất độc, sẽ bị phạt ít nhất là 50.000 dollars trở lên.

Một hôm ông thần kéo anh tới khu vực làm khô sơn dư thừa và nói: "From now on, you will do it". Anh nghĩ thầm: "Trời ơi! Được ông thần thương cũng tiêu đời". Từ đó dù làm ở đâu, building nào, đến kỳ hạn có ghi trong sổ tại khu vực thùng nướng sơn là phải về làm không cần xin phép hay nói với ai. Tuy có quyền đó, nhưng anh vẫn nói rõ và xin phép đàng hoàng.

Một hôm khác tại khu "Wash line" hết việc, anh viết một bảng nhỏ ghi "Painting" và ký Book bên dưới rồi treo lên, đi sang khu "Painting". Khu này có supervisor mới, khi sắp hết giờ làm việc, phát cho mỗi người một mảnh giấy để ghi những việc đã làm trong ngày. Anh cũng lãnh một tờ và đang lúi húi làm. Ông thần số 2 đi qua thấy anh cũng làm, bèn gọi supervisor nói gì không biết, supervisor đến thu lại tờ giấy, cười nói "Sorry". Ông thần làm như thế là "chết", thật là bất lợi, chỉ khiến cho người ta ganh ghét. Cho nên sau này dù làm ở khu vực nào, mọi người làm sao thì anh làm vậy. Đối với supervisor lại càng phải vui vẻ hơn. Nhờ vả chuyện gì anh cũng vui vẻ hoà nhã làm đến nơi đến chốn. Do đó ai cũng thương yêu!

Nhớ lại mấy tháng đầu mới đến Portland, cả nhà gồm 2 vợ chồng, một con gái, một con trai Út tên gọi ở nhà là Tô, đều làm cho hãng đồ chơi chỉ trừ Bi thì làm khu thức ăn tại phi trường. Tại sao gọi là Bi và Tô kể ra cũng phải

1 trang, thôi để khi khác.

Sau khi phỏng vấn, anh được nhận và người phỏng vấn nói: "OK, come to work tomorrow!" Anh trả lời "Sorry" cô ta hỏi "Why" Anh nói: "Tôi chỉ có một cái xe mà vợ và 2 con tôi cùng đến đây để được phỏng vấn. Xin nhận cho cả gia đình. Cô ta nói: "Wait a moment" rồi đi vào trong văn phòng nói chuyện. Lúc trở ra, cô ta nói: "OK, all your family come to work tomorrow". Mừng quá, thằng Út từ từ lái xe về. Trên đường về ghé Mc Danold ăn Big Mac. Bà xã anh chỉ ăn được thịt gà, không ăn thịt bò.

Hồi đó, lương trả vào mỗi chiều thứ sáu, check lãnh tuần này là trả cho tuần đã làm trước. Bà supervisor giơ cao 4 checks rồi nói: "Gia đình Mr. Phạm 4 checks". Mọi người cười có người còn vỗ tay nữa. Mấy bố con làm cho hãng này đến khi có học bổng thì nghỉ việc để đi học. Còn bà xã tiếp tục đi làm và đi carpool, trả tiền hàng tháng. Đây là hãng sản xuất đồ chơi cho trẻ em tên là TYCO. Đồ chơi của TYCO được bán tại các khu bán đồ chơi của trẻ em trong các chợ.

Hãng rất lớn, gồm 5, 6 dãy nhà. Đây là hãng đầu tiên anh đi làm ở Mỹ. Có rất đông người

Việt Nam làm, vì nhận vào làm rất dễ dàng. Có đủ mọi thành phần, một nhóm thanh niên trên dưới 20, con nhà tử tế có, vô giáo dục, phá phách cũng có. Các ông Việt Nam lớn tuổi, ít tiếp xúc và một số ít hòa đồng. Anh trong số người cố gắng hòa nhập với họ. Ít tuần sau, nhận thấy họ không có gì quá đáng, cũng có phần dễ thương nếu hiểu và hòa nhập với họ. Một ông VN trước kia là cảnh sát, chắc cũng làm lớn, đã mắng chúng. Hậu quả tai hại xảy ra, bánh xe hơi của ông ta liên tiếp mấy ngày bị xì hơi. Tan sở, đổ mồ hôi thay bánh xe, làm gì được chúng, chúng nó còn cười khì vào mặt, cuối cùng ông cảnh sát phải bỏ việc. Còn anh tìm cách hòa đồng với chúng, breaktime ra ngoài ngồi chung với chúng hút thuốc. Đứa nào hết thuốc thì mời hút, thế là năm ba đứa hỏi xin: "Ông già, cho một điếu". Hết giờ, có hôm tốn gần nửa bao. Đứa nọ quát đứa kia: "Hết của ông già rồi mày". Từ từ anh khuyên răn chúng nói năng đàng hoàng với người lớn tuổi và phải lịch sự với phụ nữ. Ăn trưa cũng ngồi chung với chúng. Có đứa xin: "Bố cho con miếng cá" có khi anh đưa cả phần cá, phần sào cho chúng. Bố bố, con con vui vẻ. Mỗi khi có việc gì nặng thì chúng nói: "Để đó cho chúng con", càng ngày càng thân mật, thấy tụi nó dễ thương và càng thấy ái ngại những đau khổ của chúng trong quá khứ. Đứa thì gia đình ruồng bỏ, đứa thì nghiện ngập, đứa thì băng đảng... không ai thương xót, khuyên bảo. Cuối cùng được cái may mắn vô cùng là đi sang Mỹ được, do lý do này hay lý do khác. Phần nhiều là con lai. Chúng có dịp làm lại cuộc đời.

Khi có học bổng, các con nghỉ làm, đi học. Anh cũng nghỉ làm với TYCO, sang xin việc tại hãng Nhật. Bỏ hãng Nhật sang Strategic Finishing là hãng sơn mà anh đang làm. Thấy thoải mái và thân thương. Anh trụ trì ở "Wash line" và có thêm một việc nữa là rang khô sơn. Những miếng sơn đã rang khô rồi phải cân trước khi bỏ vào bao đặc biệt. Một hôm cái cân bị mất tiêu. Số 2 đi qua, anh báo cáo. Ông thần tìm cũng không thấy mà sắp đến kỳ hạn phải làm. Một hôm thứ bẩy anh đi ngang một "garage sale" thấy bán cái cân còn tốt giá 10 dollars, bèn mua ngay, đem vào hãng để dùng trong khu rang sơn. Ông số 2 thấy hỏi mua bao nhiêu, anh nói mua ở "garage sale, very cheap". Hắn không nói gì. Mấy hôm sau, cô thư ký Linda đưa cái check $50 dollars nói là tiền mua cái cân. Robert bảo phải hoàn lại cho Book. Đành nhận vậy thôi. Chắc hắn tìm giá trên internet.

Từ năm 1998, gia đình anh có nhiều thay đổi. Phải vào một chương mới, mới kể hết được, từ việc các con tốt nghiệp, đi làm, con gái lấy chồng, Bi lấy vợ, Tô lấy vợ sớm nhất, con dâu Út sinh cháu gái rất xinh đẹp, tóc dày và đen, đôi mắt dễ thương biết bao. Bà xã nhân dịp bị layoff, nghỉ luôn, ở nhà trông cháu nội. Chuyện trong giai đoạn này cũng nhiều điều đáng nói. Nhưng để dịp khác.

Năm 1998, anh vẫn tiếp tục làm với hãng Strategic Finishing, vẫn làm ở Washing line. Bà xã đã về làm chung hãng sau khi TYCO đóng cửa. Hôm nào Washing line cần anh làm thêm giờ thì bên khu bà xã cũng xếp thêm giờ cho bà xã. Đúng như Số 1 nói: "Hãng này là của Book". Đến cuối năm 1998, một số người bị "lay off", bà xã phải đổi sang khu "Inspect". Khu này cần tinh mắt để phân biệt được part nào tốt, part nào xấu cần "rework". Nhân dịp này bà xã xin nghỉ ở nhà trông nom cháu nội.

Đầu năm 1999, ông số 1 mời anh lên Văn phòng nói: "Hãng cần Book sang làm ở Washing line bên Building 2. Đây là chìa khóa của building 2 và đây là cell phone để liên lạc, vì chỉ còn Washing line. Tất cả các nhân viên khác đều chuyển về Main building."

Chỉ Washing line còn trụ lại, tất cả đồ đạc, bàn ghế, salon... còn y nguyên. Một mình anh làm ở building 2. Việc gì đang xẩy ra đây? Hàng vẫn từng xe nối đuôi nhau vào building 2. Lác đác có người nghỉ việc. Anh vẫn đi làm sớm và về trễ cho kịp có hàng cho khu sơn cần thiết.

Có hôm đang lúi húi mở cửa building 2 thì giật mình vì ông thần số 2 đứng ngay sau lưng *say*: "Hello Book". Tiếng là sang thăm viếng nhưng thật ra là để kiểm soát. Một vài ngày sau đến lượt ông số 1. Sắp đến giờ về, đang lo đi duyệt lại cửa sổ, cửa phụ thì cell phone gọi, giật thót mình, ông số 1 yêu cầu ở lại làm trễ. Yêu cầu gì sát giờ về, nếu về sớm 5, 10 phút là mất uy tín rồi. Từ đó không hề có một sự kiểm soát nào nữa, nhưng khổ nỗi đã lỡ giữ uy tín rồi nên phải luôn luôn đúng giờ.

Sáng nay, trời nắng vàng, đứng ở cửa trước của building số 2. Nhớ building 1, nhớ mọi người. Uống một ngụm cà phê và mỉm cười. Cười cái gì đây? Cười thoải mái đi.

Nhớ lại, ngày đầu tiên sang làm một mình bên building 2, buổi sáng ấy cũng đẹp trời như sáng nay, anh thong thả đi vào building, tìm restroom. Đây rồi, ngay cạnh Wash line thấy đề "Lady" ngần ngừ một chút rồi đẩy cửa đi vào. Có một mình mình, đâu phải e ngại. Bật đèn lên. Ôi chao! Phòng màu hồng nhạt, sáng choang. Cửa kính, sàn nhà sạch sẽ. Mùi son, mùi phấn, mùi nước hoa thơm quá. Nhất là mùi phấn, giống mùi phấn của baby. Đi tiểu ngồi, vừa thong thả, vừa có thể nghỉ ngơi được, không rơi rớt ra sàn nhà như bên đàn ông, khai lừng. Lại còn có chỗ rửa. Trên tường tủ giấy vệ sinh xếp gọn gàng, có cả miếng gỗ đánh bóng kéo xuống để thay tã cho trẻ con. Phía sau lưng hai cái tủ kính, một tủ có những thỏi bông trắng tinh, bông này ngoáy tai, ngoáy mũi tiện kinh khủng. Tủ bên kia có những hộp nhỏ đựng những thứ gì tròn tròn, có dây. Toàn thể giống như đồ chơi của baby. Chết rồi! Tự nhiên đứng khựng lại. Đây là đồ dùng "thấy tháng" của phụ nữ. May mà không làm lộn xộn. "Go out, go out" trong đầu thì nói vậy mà người vẫn còn đứng đó, nhìn khắp nơi trong phòng. "Go out" có ai nhìn thấy mình không? Chầm chậm đi ra khỏi phòng, tắt đèn, đóng cửa, nhìn thấy chữ "Lady". Ừ nhỉ, có cái gì xa cách, có cái gì phân biệt, đúng rồi kỳ thị. Một bên đề "Lady", một bên đề cụt lủn "Men" đáng lẽ phải là "Gentlemen" chứ!

Phòng "Men" ở cuối hành lang, xa Wash

line. Anh đi ra sân và tiếp tục suy nghĩ.

Phái nữ là một sinh vật đẹp nhất hành tinh, được yêu mến chiều chuộng nhất hành tinh. Hàng triệu kỹ sư, nhà thiết kế, thời trang đã sản xuất... từ bao nhiêu thế kỷ nay, đem tim óc, tài năng để phục vụ phái nữ này. Tìm mọi cách làm đẹp, từ mái tóc cho đến gót chân, làm đẹp những bộ phận trông thấy và kể cả những bộ phận không trông thấy. Underwear là khu đẹp nhất trong siêu thị. Cái lược chải tóc cũng kiểu này kiểu nọ, nói chi đến mái tóc, mầu này mùa này, mầu kia mùa khác. Bút vẽ lông mày thì mầu nâu mầu đen v.v.. Sơn móng tay thì đủ mầu, xanh đỏ tím vàng và mầu bạc. Đồ trang sức từ cổ đến chân cũng biết bao nhiêu là kiểu, nào là dây chuyền, hoa tai, nhẫn, xuyến cho đến cả vòng đeo ở cổ chân nữa. Thời trang như quần áo, đầy dép thì cũng cơ man nào kiểu cách và mầu sắc. Muốn viết ra thì tốn bao nhiêu giấy mực cũng không kể siết, vì thế mà công việc này đã trở thành những kỹ nghệ lớn trong biết bao nhiêu thế kỷ nay.

Phái nữ đã để lại trong sử sách của thế giới biết bao nhiêu anh tài về đủ mọi phương diện và cũng bao nhiêu đau khổ cho loài người!

Nghĩ lan man không bao giờ cho hết! Thôi,

back to work, và từ buổi sáng hôm đó vẫn tiếp tục dùng "Lady room" vì gần "Wash line" và vì mùi phấn giống như mùi phấn của baby. Mùi nước hoa nào giống mùi phấn của baby quá. Mùi nước hoa thật đáng yêu, phảng phất trong mùi thơm nhẹ nhàng ấy có tiếng cười, tiếng khóc của trẻ thơ. Thật tuyệt vời!

Một sáng, Helen ghé thăm. Sau khi đậu xe, nàng đi thẳng vào "Lady room".

Một lúc sau, bước ra cười cười hỏi:

- "Book, you used it?"

- "What!"

- "Lady room"

- "No"

Hellen nói sang chuyện khác, rồi ra xe, đứng hút thuốc lá. Anh tắt máy Wash line, đi theo cô ấy, đến đứng cạnh. Hellen ngước lên mỉm cười.

Anh nói: "Sorry, Hellen, I used it"

Cô ta trả lời: "No problem, Book. Only you are here". Rồi Hellen đứng thẳng người lên, lấy chân khẽ đá vào chân anh rồi lên xe nổ máy chạy, vẫy tay nói "bye, bye".

Việc mời nhân viên ăn cơm với chủ hình như thưa dần. Việc "Employee of the month" vẫn còn tiếp tục. Ngoài phong bì bà chủ đưa tặng, employee còn có một đặc quyền đậu xe trong tháng nơi có bảng ghi: "Employee of the month", chỗ đó sát cạnh chỗ đậu xe của ông thần số 1.

Nhưng ít ai chịu đậu xe vào chỗ đó, mà vẫn đậu chung với mọi người ở cùng một parking. Dần dần người ta cất cái bảng Employee of the month vào trong kho.

Sắp bước sang năm 2000, có những tranh luận trên TV, trên báo chí về cách viết tắt năm 2000 trên computer như thế nào để tránh khỏi sự lầm lẫn với những năm khác, việc rắc rối, anh cũng không theo dõi.

Rồi đến năm 2000, công việc cũng đều đều, Wash line vẫn bận rộn. Thỉnh thoảng anh có việc sang Main building, gặp mọi người chào hỏi vui vẻ, trong lòng có cảm tưởng đi đâu lâu ngày trở về nhà.

Sang năm 2000 được mấy tháng. Một sáng Linda sang nói: "Cái xe part này cần wash xong lúc 11:30 nghe Book". Nhủ thầm: "Dễ, có gì đâu mà khó, cần gì mà Linda phải sang căn dặn. Gọi cell phone được rồi. Gần đến 11 giờ mấy part đó đã wash xong. Linda không hỏi về mấy cái part đó mà nói: "Book, tắt máy, đóng cửa về bên Main building". Tự hỏi: "Lại chuyện gì đây, không đoán ra được, cầu trời đừng bị lay off."

Về đến Main building, xuống xe đi theo Linda vào cửa bên nối tiếp với khu "Inspect", nơi rộng nhất của building. Vừa bước khỏi cửa đã thấy ông Số 1 đứng đó và nghe tiếng vỗ tay vang dậy. Hai chân muốn chùng xuống và tiếng hát "Happy Birthday" vang dậy. Nghe rõ tiếng của Linda và Hellen. Anh theo Randy Thom đến bàn dài nơi các chức lớn đang đứng tươi cười. Randy giơ tay lên, mọi người im lặng.

Randy nói: "Hôm nay ngày 5 tháng 5 là Sinh nhật thứ 60 và cũng là kỷ niệm 10 năm làm tại hãng này của Mr. Phạm, người bạn lớn tuổi nhất trong hãng chúng ta, mà chúng ta thường thân mật gọi nick name là "Book". Tôi nhân danh chủ tịch của hãng xin có lời cảm ơn Book và chúc bạn Happy Birthday!"

Tiếng hát lại vang lên. Tim anh đập quá trời, chân tay luống cuống. Biết nói gì đây khi mọi người đang chờ đợi.

Anh nói: "I am very surprise and thank you to everybody. I lost my country, it is under Communist regime now. I had changed everything for Freedom. I am very happy living in USA, the biggest country of the world. This is my family, my home, my sweet home now. Thank you everyone and thank you everyone again!" Hết chữ rồi, anh giơ cả hai tay lên chào. Tiếng vỗ tay lại vang lên. Anh có cảm giác đang bay bổng trên một tấm thảm đẹp tuyệt vời.

Randy Thom nói: "Chúng ta có một giờ để ăn uống". Bấy giờ anh mới nhìn thấy mấy cái bàn dài nối tiếp nhau thành một bàn thật dài với đầy thức ăn thức uống. Nào là bánh mì thịt nguội, pizza cho đến thức ăn của Mễ và nước ngọt. Đặc biệt là bánh mì thịt nguội, do nhiều miếng đã cắt sẵn xếp sát vào nhau dài bằng chiều dài của cái bàn, được để trên giấy bạc. Mọi người vừa ăn vừa nói chuyện vui vẻ. Linda lấy bánh mì đưa cho anh. Anh nhìn mọi người cám ơn vô cùng.

Các chức lớn dần dần rời bàn tiệc. Mọi người lấy thêm bánh đem về chỗ làm. Phần thức ăn còn dư lại được để gọn với nước ngọt trên cái bàn ở góc phòng.

Anh lái xe về lại Building 2. Trong lòng rất cảm động và khẽ nói một mình: "Thank you everyone, my Dear Friends". Đây là tiệc sinh nhật cảm động và lớn nhất trong đời. Anh được biết đây là lần đầu tiên hãng tổ chức sinh nhật cho nhân viên nhân dịp 60 tuổi. Từ đó hãng không tổ chức sinh nhật cho ai nữa cho đến khi hãng giải tán.

Tan sở, anh lái xe về đến nhà. Hôm nay là một ngày hạnh phúc. Mọi người đều có mặt chờ bố về để tổ chức sinh nhật cho bố. Đi ăn nhà hàng Việt Nam. Anh kể lại cho gia đình nghe, trong hãng đã tổ chức sinh nhật đặc biệt như thế nào cho anh.

Các con chung nhau mua tặng bố 1 cái cell phone. Anh làm chủ cell phone từ lúc đó và cũng nhân dịp này, các con cũng tặng mẹ một cái.

Thằng Út chỉ dẫn cách sử dụng cell phone. Lệ phí hàng tháng cho chung một gia đình được giảm rất nhiều. Thằng Út bấm thử phone của mẹ gọi cho bố. Bố nói Alo. Happy Birthday! mẹ trả lời.

Cả nhà bắt đầu ăn uống, trên bàn ăn có món thịt gà trộn rau răm, ăn chua chua, ngòn ngọt, miến gà, cua rang muối và cơm rang. Ăn không hết có thể "To Go".

Hôm nay thứ sáu, ngày 5 tháng 5, cuối tuần thật thoái mái, mọi người thức khuya nghe hát, xem TV, làm những công việc riêng tư. Anh nằm ở sofa, xem TV và ngủ mơ màng, nhớ lại ngày xưa còn đi học, thích đứng ngắm ảnh các nữ minh tinh được phóng lớn treo trên tường ở các rạp ciné, thích collect những tờ quảng cáo, thoảng qua những ngày trong quân đội và những ngày trong tù Việt Cộng và những ngày đang sống .....

Đầu năm 2001, hợp đồng thuê Building 2 hết hạn. Anh phải trở về Building 1 và cũng vẫn phụ trách Wash Line. Khi chuyển sang làm ở Building 2 thì Wash line ở Building 1 đóng lại, không có người làm. Nay anh trở lại cũng phải thu xếp, dọn dẹp, thử máy để ngày mai hoạt động trở lại.

Công việc cũng giản dị và dễ dàng. Những cái giỏ như cái gắp thịt nướng, dùng để kẹp part vào giữa rồi treo lên dây cho chạy vào máy rửa. Những cái kẹp này có đủ cỡ để treo part và phải thật khéo tay, không làm trầy sướt hay gẫy các phần nhỏ của part. Đến khi rửa xong gỡ ra để lên giá không được có vết tay. Có giỏ giống như cái vali nhỏ, rửa những part nhỏ cho chung vào. Phải tính thời gian và vận tốc sao cho liên tục theo một quy trình không bị gián đoạn, hết cái nọ đến cái kia, từ khi treo part cần rửa cho đến khi xong gỡ ra để lên giá thì cái part khác đã đi tiếp đến không bị gián đoạn. Khi nào cần tắt máy phải lựa lúc part không ở trong khoảng các vòi phun hoá chất, nếu không các hoá chất sẽ đọng lại ở mặt trong part.

Một hôm ông số 2 dẫn đến một anh Mễ, khoảng trên 30 tuổi đến Wash line bảo anh huấn luyện cho hắn từ A đến Z. Tên hắn là Indino, cũng dễ gọi. Hắn rất chăm chỉ nhưng bù lại không được nhanh nhẹn. Có cái chỉ hai ba lần đến ngày hôm sau là quên hết, nhất là tỷ lệ hỗn hợp của các hoá chất pha với nhau. Sau nhiều lần hắn quên, anh phải viết vào mảnh giấy, dán lên cái cột ở khu Washing line, bảo hắn cứ theo đó mà làm. Hắn nhìn thấy cười, lấy làm sung sướng lắm.

Khi Indino đã làm nhuyễn ở khu Washing line, ông số 2 đến nói với Indino: "Tomorrow, you take care of Wash line". Rồi quay sang nói với anh: "Ngày mai anh lên lầu làm việc, có chuyên viên về Computer đến huấn luyện."

Từ đó anh không phải làm việc bằng tay chân nữa.

Sáng hôm sau anh lên lầu. Đây là một phòng rộng, nơi các supervisor ngồi, có hai dãy bàn giống nhau, rất đẹp đặt đối diện, đủ cách xa nhau để dễ liên lạc. Anh chào mọi người, họ đều đã biết anh và anh cũng đã biết họ. Bà Denise coi khu Inspect, Tony coi khu sơn, Henry coi khu đánh giấy nhám và Johny coi khu Shipping. Ở cuối phòng trong một góc gần cửa sổ có một cái bàn cùng một kiểu và kích thước, có computer ở trên và có bảng tên anh ở đó. Nhủ thầm: Mình là gì, mà ngồi chung với Manager, Surpervisor là mất tự do rồi! Biết nói gì đây!

Nhưng sau khi những người này kiểm soát giấy tờ của họ và gọi điện thoại tại bàn của họ, xong là đi xuống lầu khu họ trông coi. Sau này mới biết là họ ít có mặt tại văn phòng này trừ giờ ăn trưa, và mạnh ai người ấy ăn. Họ cũng ít để ý đến công việc của anh. Lâu lâu họ nói "Hello, Book" và đưa ngón cái lên.

Ông thần số 2 xuất hiện cùng với một thanh niên trẻ, đẹp trai, cao to, đeo kính trắng. Ông thần giới thiệu hai người với nhau. Rồi đi xuống lầu.

Chàng tuổi trẻ tươi cười bắt tay anh:

- Hello Book!

- Hi Michael!

Michael kéo ghế ngồi gần rồi thong thả nói chuyện. Hắn nói giản dị, dễ hiểu và luôn luôn mỉm cười. Anh cảm thấy yên lòng, không còn e ngại. Nhìn ông thầy trẻ tuổi có vẻ thân thiện lòng cũng thấy muốn học computer.

Hắn cho biết, hắn có hai tuần để train anh về Excel, chú trọng về Excel còn những cái khác hắn chỉ nói qua cho anh hiểu và hắn sẽ trả lới những thắc mắc của anh.

Trong suốt thời gian đi làm thì anh làm tại hãng Strategic là dài nhất, hơn 9 năm, cộng thên với những tháng làm ở hãng Tyco và hãng Nhật thì đã đủ 10 năm.

Làm tại hãng Strategic thì khu vực sơn là làm lâu nhất, rồi đến Wash line. Ở khu vực sơn có hai sự việc mà anh còn nhớ rõ:

Anh làm "Runner" cho các thợ sơn nhanh, gọn và khéo léo. Ông thần Số 2 cũng đã huấn luyện anh sơn và anh đã sơn những part một cách dễ dàng. Một buổi chiều, người supervisor đến Wash line nói với anh:

"Ngày mai Book run cho John sơn."

Sáng hôm sau xuống khu vực sơn mới biết là hãng cần sơn xong một số part để chủ đích thân lái xe đi Seattle giao hàng.

Thế là anh "run" cho John sơn. Đến khi tan sở, vẫn chưa đủ hàng mà John phải về không ở trễ được. Các thợ sơn khác cũng đã về hết rồi.

Robert kiếm người run thế anh và nói: "Book, take care of painting".

Trước khi Johny về, hắn pha sơn, chỉ cách dùng "súng sơn" rồi nói "Good luck". Hôm đó khu sơn và khu Inspect làm tới khuya, gần 11 giờ mới xong. Robert và Số 1 đã chờ sẵn. Rồi Số 1 mang hàng đi.

Sự việc như vậy đem lại uy tín cho anh, là ngoài việc là "Runner" tốt còn biết sơn giỏi. Ngày hôm sau Số 1 gặp và nói: "Thank you very much!". Anh đáp lại: "You are very welcom". Còn Robert tỏ vẻ hài lòng.

Những ngày kế tiếp Robert và Số 1 vẫn đối xử bình thường với John không có gì thay đổi đối với John. Không hề có hành động hay lời lẽ trách móc khi cần mà không giúp. Sự việc này cho anh biết một điều là Tự do cá nhân được tôn trọng.

Ít ngày sau supervisor đến khu Wash line nói với anh:

- Book, tomorrow help John!

Ngày hôm sau anh đến khu vực sơn thấy có một loại part mới cần sơn xong trong ngày. Những part này đã sơn phía ngoài trông rất đẹp, còn phần trong nhờ hãng này sơn. Những miếng kẽm đủ cỡ và đủ kiểu để gắn vào phía trong những phần không được sơn. Cái khó sơn phía trong là như vậy.

Tony lấy part ra chỉ cho anh từng chút một rồi gắn 1 part làm mẫu. Anh cứ thế theo đó mà làm. Vừa sơn được 3 part thì ông thần Số 2 đi ngang, ghé vào nhìn những part đã sơn nhưng chưa đưa vào hot line (dẫy đèn trong hầm dài để làm khô) rồi nhìn vào tờ giấy (Blueprint) ghi rõ chỗ nào cần sơn và chỗ nào không được sơn rồi nói lớn:

- "Book, stop. Something is wrong"

Rồi Robert lấy part ra, có vẻ tức giận: "Không được sơn chỗ này, sơn bao nhiêu part rồi?"

- "Mới có 3 part"

- Dừng lại ngay, hãy sửa những chỗ sơn sai. Nói xong hắn đi tìm supervisor run lại mấy part cho thật tốt rồi mới đi khu khác. Anh nghĩ thầm: Cũng may mới chỉ sơn có 3 part.

Buổi chiều, Robert ghé qua, xem xét rồi nói "OK" xong quay ra nói với anh: "Tony chỉ cho Book sai, không phải lỗi Book làm sai, khi tôi la lên, sao Brook không nói?"

Anh nhìn Robert rồi nói: "Lúc Robert nổi nóng la tôi, thì có một người bị la và một người la. Nếu tôi nói Tony chỉ sai cho tôi, không phải lỗi của tôi, thi Tony sẽ bị la và Robert lại là người la lần thứ hai. Tôi cứ im lặng thỉ chỉ có một người bị la và Robert chỉ la một lần mà thôi. Những cái đáng nói là chi có 3 part bị làm sai."

Robert im lặng nghe anh nói. Hắn đứng một lúc vỗ nhẹ vai anh nói: "Thank you" trước khi đi sang khu khác.

Anh cũng hài lòng với bản thân, một người đã 60 tuổi có thể nói ra được quan điểm như vậy với người chủ của mình bằng một số vốn Anh văn khiêm nhường.

Nếu không nói về John một chút thì đó là một sự thiếu sót. John đúng là người Mỹ

100%, nói như vậy, anh nhớ lại năm 1993, khi mới đến Mỹ, được chăm sóc sức khoẻ một cách chu đáo.

Anh tự giới thiệu: Tôi là refugee (tỵ nạn).

Ông bác sĩ Mỹ khám bệnh cho anh người Mỹ mỉm cười: "Tất cả chúng ta là refugees, chỉ có vợ tôi là Mỹ 100%."

Anh ngẩn mặt ra không hiểu, ông ta giải thích: "Bởi vì vợ tôi là người Mỹ da đỏ (Native American)". Anh vỡ lẽ và đồng ý.

John chừng 21, 22 tuổi, vừa tốt nghiệp high school (ở Mỹ con cái trên 18 tuổi thì đa số đã tự lập), trán rộng, tai to, lông mày rậm, miệng lúc nào cũng tươi. John ăn mặc không chải chuốt, thân thiện với mọi người. Có lần không nhớ lý do gì, anh và John giận nhau. Anh không ngờ là ngay sau khi breaktime, vào làm việc John lại đến nói chuyện với anh như không có chuyện gì xấy ra.

Anh sắp phải thi vào quốc tịch, tài liệu là 100 câu hỏi và 100 câu trả lời về lịch sử của nước Mỹ. Đọc tài liệu này anh hiểu hết và thấy là không khó, nhưng nghe và nói mới là vấn đề. Anh lo lắng không biết làm sao, rồi anh nhớ đến John, hôm sau anh đến nhờ John đọc và ghi âm những câu hỏi này, hắn nhận lời ngay. Anh đưa băng cassette cho John và hai tuần sau John đưa lại cho anh, đem về nhà, khi nghe thì thấy là bạn gái của John đọc những câu hỏi này. Mỗi câu được đọc 3 lần, lần đầu chậm, rồi trung bình và nhanh. John đã thực hiện rất công phu và rõ ràng. Sau này anh cho nhiều người mượn để học thi vào Quốc tịch Mỹ.

Sau ngày anh thi đậu, anh đã rủ John đi ăn lunch và gửi tặng cô bạn gái của John một hộp bánh.

Hàng ngày John uống nước ngọt quá nhiều, hôm nào nóng uống đến 4, 5 lon Coca. Anh cản John, tình trạng sức khoẻ lúc này thì OK, nhưng vẫn uống nhiều nước ngọt. Sau này có lần anh gặp lại John, mừng quá nhưng rất buồn vì được biết là John đã bị tiểu đường quá sớm!

John là người rất tình cảm. Làm việc với John anh có dịp thực tập Anh văn, anh nói về lịch sử nước Việt rồi kể chuyện cổ tích Việt Nam. Hai truyện mà John thích là Từ Thức nhập Thiên Thai và nhất là Hòn Vọng Phu. John bùi ngùi thương cho người phụ nữ trong truyện.

Bây giờ John ở đâu? Có mạnh khoẻ không? Tôi nhớ và mến John vô cùng.

Trong thời gian làm ở hãng sơn này, anh có đi dự một đám cưới của Andy và Mary, người Mỹ.

Andy, một thanh niên ngoài 30 tuổi, kỹ sư, làm trên văn phòng. Hắn có xuống lầu một lần, nơi đông đảo công nhân làm việc. Anh cũng biết Andy, hắn luôn lễ phép thân thiện với người cao tuổi.

Mary chừng 24, 25 tuổi, là con gái của ông thần Số 3 ở trong hãng. Có một thời gian Mary cũng làm trong hãng này, tính tình vui vẻ. Mối tình trước đã để lại cho nàng một bé trai 4 tuổi. Ôi! chú bé Danton này đẹp vô cùng. Mỗi lần theo mẹ vào hãng là mọi người dừng tay quây quanh với nó. Nó says "Hi" với mọi người, nó cười để lộ hàng răng sữa trắng tinh. Nó chạy từ khu này sang khu khác, cái miệng xinh đẹp luôn luôn says "Hi".

Andy và Mary yêu nhau, Andy tỏ ra rất yêu mến bé Danton, thằng bé này không là trở ngại cho cuộc hôn nhân. Ông thần Số 3, bố của Mary đưa thiệp mời anh. Đám cưới được tổ chức tại một nhà thờ gần hãng.

Mười năm ▫ 183

Đã lâu lắm rồi. Không mặc đến bộ "veston". Anh lấy ra chải và ủi lại. Bộ vest này mầy tím đậm, đi kèm với chemise trắng và cà vạt mầu xanh. Đóng bộ vào đi dự tiệc cưới, gặp một số người trong hãng, họ tỏ vẻ rất ngạc nhiên, có người nói là không nhận ra Book. Tuổi thanh xuân còn rơi rớt lại một chút trên thân thể của một con người đã trải qua bao năm tháng đớn đau.

Nói đến cà vạt, anh lại nhớ đến kỷ niệm ngày đi du học cùng với một số sĩ quan. Thắt cà vạt có hai cách, thắt simple và thắt double. Thắt double thì "củ ấu" là tam giác đều và hơi to, còn thắt simple thì "củ ấu" hơi lệch nhưng trông nghịch ngợm và lãng mạn hơn. Vì anh đã đi dạy học từ năm 20 tuổi cho nên đã quen với thắt cà vạt. Nhớ lại hồi đi du học, một số đông anh em sĩ quan không tiếp xúc với môi trường phải thắt cà vạt nên không biết thắt mà nhà trường lại quên thủ tục đó. Do đó trước khi xuống phòng học là rối rít kiếm anh nhờ chỉ dẫn. Có ông nhanh trí, có ông lại chậm hiểu. Sau cùng giải pháp tốt nhất là thắt sẵn cho mọi người, cứ việc choàng vào cổ áo, kéo và sửa lại một chút là OK rồi.

Khi anh đến nhà thờ thì đã thấy có một số

khách mời rồi. Hai bên là dẫy ghế dài của nhà thờ, con đường chính giữa dẫn đến bàn thờ. Cha Chủ Lễ đang đứng trên đó. Các phù dâu mặc áo đầm trắng dài quá đầu gối, các phù rể mặc complet đen. Họ đứng hai bên làm thành hai cạnh một tam giác mà đỉnh là Cha Chủ Lễ và chú rể.

Anh thấy hai vợ chồng ông Số 1 và hai vợ chồng ông Số 2, John vẫy anh, anh đến ngồi cạnh John. John ngắm anh thật lâu, gật gật cái đầu rồi đưa ngón tay cái lên. Anh nói "Thank you, you are the same".

Có tiếng xe đậu trước cửa. Mọi người quay ra chờ đợi. Ông thần Số 3 dìu con gái bước vào, bên trái cô dâu là thằng con 4 tuổi. Qua ngưỡng cửa nhà thờ, ông Số 3 buông tay con gái, vào ghế ngồi gần ông Số 1. Thằng con 4 tuổi giờ thay chỗ ông ngoại, chậm rãi, tươi cười dẫn mẹ nó đi thẳng tới chỗ Cha Chủ Lễ và chú rể đang đứng sẵn chào đón. Mọi người vỗ tay vang dội trong nhà thờ.

Buổi lễ tại nhà thờ chấm dứt, mọi người được hướng dẫn sang phòng tiếp tân lớn của một khách sạn gần đó.

Có ban nhạc chơi những bản nhạc vui vẻ.

Mở đầu là bài "La vie en rose". Cô dâu chú rể "đi một đường lả lướt" tiếp theo là các cặp vợ chồng ra chung vui.

Anh hỏi John, sao không dẫn girl friend theo. John lắc đầu. Mọi người ra lấy thức ăn đồ uống vì self service. Hôm gặp Mary, anh hỏi Mary thích gì, tôi mừng, nàng nói sau một suy nghĩ: "Nồi cơm điện". Anh đem quà mừng đến cái bàn phủ vải đỏ ở góc phòng để chung vào đó. Chúng tôi, John và một vài người bạn trẻ khác ngồi chung vào một cái bàn tròn. Anh uống Coca. Anh hỏi John: "Sao đám cưới lại tính tiền Coca?" John giải thích: "Đám cưới này chỉ bao rượu, nếu uống rượu thì không phải trả tiền, còn uống nước ngọt thì phải trả tiền." John kéo anh đến quầy rượu chỉ dòng chữ bên quầy rượu. Bực mình, anh đổ ly Coca đi và lấy rượu. Tuy lấy rượu nhưng anh chỉ nhấp chút chút vì anh còn phải lái xe đường dài.

Có tiếng hát cất lên từ ban nhạc. Mọi người im lặng lắng nghe. Người nữ ca sĩ thong thả hát từng nốt nhạc, anh nghe không hiểu, nhưng nhìn cử chỉ của nàng diễn tả, anh nghĩ là nàng đang kể lại những ngày đôi lứa gặp nhau lần đầu.

Anh thấy mấy ông lớn lục đục ra về, John cũng muốn về. Chúng tôi cùng ra parking.

Anh vào xe và tự nhắc mình là lái trên xa lộ cẩn thận nhé. Anh lái xe vào xa lộ, trời hôm nay đẹp biết bao, anh mở CD player nghe bài "Ai lên xứ Hoa Đào". Nhớ Đà Lạt ơi là nhớ. Anh đã sống gần ba năm nơi xứ mộng mơ này.

Cái gì đây? Sao đèn xe cảnh sát chớp chớp ở phía đằng sau. Anh dừng lại bên lề đường. Người cảnh sát đến bên cạnh xe, anh hạ cửa kính xuống, ông ta chào và hỏi:

"Ông có biết ông bị lỗi gì không?" Anh lắc đầu, ông ta nói:

"Ông đã lái 75 miles trên đường này mà vận tốc tối đa là 55 miles." Anh im lặng, ông ta đưa cho tời giấy phạt và bảo anh phải ra toà.

Sáng hôm sau vào hãng, anh hỏi John. John nói ký một cái check tiền phạt US$175 là khỏi ra toà. Gởi sớm có khi còn được giảm. Anh liền ký cái check, kèm theo một câu: "Sorry, this is my first time" rồi gửi đi.

Bốn tuần sau, anh nhận được cái check US$45 được toà án trả lại. Như vậy là chỉ bị phạt 130 thôi.

Mười năm

Anh lái xe từ năm 1993 cho tới nay chỉ có một lần phạt đó. Nhưng đến năm 2011 thì bị một tại nạn khi lái trên xa lộ 405. Xe bị móp đằng trước và nát đằng sau. Vất xe đi. Tất cả air bags bung ra hết. Bà xã bị gẫy 3 xương sườn và 1 ngón cái. Còn anh thì bị đau hết toàn thân. Vì không có lỗi nên nhờ luật sư kiện, vụ kiện này kéo dài suốt ba năm, chỉ được bồi thường ba ngàn mà thôi. Có một lần khác, hai xe cọ vào nhau, cả hai chủ xe đều không muốn kiện tụng rắc rối, nên mạnh ai nấy sửa xe của mình. Từ đó, anh thấy ngại lái xe.

Ước mơ lớn nhất của anh bây giờ là rong chơi với em, nay đây mai đó. Nếu ước mơ trở thành hiện thực, thì em phải làm tài xế rồi!

Trở lại câu chuyện học computer với Michael. Anh nhớ lại, việc anh chuyển công việc thì không phải là ngẫu nhiên mà có sự xếp đặt. Vì cách đấy 1, 2 tháng trước, Robert đưa cho anh một cái computer đời cũ, dường như không còn nhiều người dùng nó, bảo đem về nhà. Anh đem về lúc buồn chạy thử chơi, tập di chuyển con chuột, click vào những icon để mở ra đóng vào. Nên hôm nay khi học với Michael anh không bị bỡ ngỡ.

Mỗi khu trong hãng đều có một biểu đồ

trong computer chỉ rõ những chi tiết như số lượng đã làm, số lượng chưa làm, số lượng tốt, số lượng xấu, ngày, tháng, v..v....

Những biểu đồ này đã được "set up" sẵn trong computer. Anh chỉ việc cập nhật hàng ngày, tổng kết hàng tháng. Công việc này trước là do Robert làm thì những supervisor đem báo cáo đến cho Robert. Đến khi anh phụ trách thì anh phải đến từng khu xin báo cáo để cập nhật. Có những khu cập nhật hàng tháng gửi trễ. Anh phải đến tận nơi hỏi, có khi còn bị cự nự. Nói với Robert thì supervisor bị la, mà anh thì không muốn vậy. Bèn nghĩ ra một cách, trên báo cáo của khu đó để trống, kèm theo câu: "Sẽ báo cáo sau" rồi đem biểu đồ đến khu đó và yêu cầu trưởng khu ký vào xác nhận. Dĩ nhiên là hắn không dám ký rồi vội vàng đưa báo cáo ngay.

Công việc rất phức tạp. Ví dụ khu sơn có hàng trăm loại sơn khác nhau, mỗi loại có một mã số riêng. Một hôm ông Số 1 đến đưa mã số của một thứ sơn và hỏi cho biết tình trạng của thứ sơn đó. Có cả hàng trăm thứ, tìm đâu ra thứ sơn đó bây giờ. Anh về nhà kể chuyện cho thằng Bi, nó cười và nói: "Để con làm cho bố một software. Nếu lần sau hỏi thì cho disk vào máy, đánh mã số vào khung "tìm kiếm" là ra ngay mọi chi tiết". Ông Số 1 nói: "Very good". Anh nói: "Nhờ con trai chỉ".

Ông Số 2 đem anh ra hãng sơn giới thiệu. Từ đó ở khu sơn ai muốn mua gì thì ghi giấy đưa lên anh, anh tổng kết rồi ra hãng sơn lấy về. Nhiều khi lấy quá nhiều, một mình anh làm không kịp, thợ sợ mất thời gian. Cuối cùng phải đưa ra giải pháp là ai cần gì thì tự đi lấy nhưng phải có giấy order có chữ ký của anh vì ông thần Số 2 đã nói với hãng sơn như vậy.

Công việc lúc đầu còn trở ngại, nhưng dần dần cũng vào quy củ vì mọi người đã hiểu anh chỉ làm theo lệnh trên nên không làm khó dễ nữa. Bởi vì lúc nào anh cũng tỏ ra cho họ biết, anh chỉ là kẻ thừa hành, không có tư cách gì làm khó dễ người khác.

Một biến cố trọng đại 9/11/2001, tụi khủng bố đã cướp hai máy bay đâm vào tòa nhà "Tháp đôi" ở New York làm thiệt mạng hàng ngàn người khi tòa nhà này bị xập và cháy. Cả nước Mỹ rúng động, một cái tang buồn cho cả nước. Không khí trong hãng thật ảm đạm, mặt ai cũng u buồn.

Anh đến văn phòng ông Số 1, trả lại chìa khoá và cell phone. Ông Số 1 nói: "Tôi đang định gặp Book, ngồi xuống đây nói chuyện". Tóm tắt lại ông Số 1 nói như sau: "Khi người Mỹ (là người có quốc tịch Mỹ) tới 65 tuổi nếu không có lợi tức thì được hưởng SSI : Social Security Supplement (người Việt gọi là tiền già), số tiền này được ấn định tùy theo tiểu bang và Medicaid gọi chung cho 50 tiểu bang. Đó là bảo hiểm sức khoẻ cho những người có lợi tức thấp hoặc không có lợi tức. Mỗi tiểu bang có một tên khác nhau. Riêng ở Oregon thì dùng ngay tên gốc là Medicaid. Còn ở các tiểu bang khác thì có một tên riêng, chẳng hạn tiểu bang California thì gọi là Medical đó là chữ viết tắt của Benefit of Medicaid of California. Ngoài ra còn có Medicare của liên bang dù là người này chưa bao giờ đi làm và chưa bào giờ đóng thuế. Trong trường hợp một người Mỹ đi làm được 10 năm có đủ 40 units, khi về hưu tùy theo lợi tức của họ trong thời gian đi làm họ sẽ lãnh được SSA (Social Security Administrative: tiền hưu). Số tiền này là của chính cá nhân họ đã đóng thuế trong suốt thời gian họ đi làm. Nếu số tiền này SSA it hơn tiền SSI của tiểu bang ấn định, thì họ có thể xin thêm SSI và trong trường hợp này họ còn xin được Medicaid nữa. Một khi có cả Medicaid và Medicare thì không còn phải lo lắng mỗi khi bệnh hoạn hay mổ xẻ vì họ sẽ được vừa Medicare lẫn Medicaid đài thọ.

Vì những lý do trên ông Số 1 khuyên anh nên nghỉ việc nhưng chờ ông ký giấy layoff chứ đừng "quit job" thì mới có tiền thất nghiệp. Sau khi anh được "lay off" thì tiền hưu cộng với tiền thất nghiệp còn nhiều hơn tiền lương khi còn đi làm. Tình trạng đó kéo dài được một năm là tới 65 tuổi.

Tình trạng trong hãng anh thấy công việc giảm đi, nhân viên mỗi ngày một vắng. Không còn thấy ông thần Số 2. Công việc của anh cũng giảm nhiều, số lượng báo cáo không còn bao nhiêu và một buổi chiều được lệnh chấm dứt. Anh trở lại khu sơn thì John cũng đã nghỉ chỉ còn Tony và một thợ sơn người Mễ. Anh làm thêm được vài tuần thì Linda xuống gặp đưa cho anh giấy "Layoff".

Buổi chiều chia tay sao mà buồn thế! Không còn gặp một ai, ngoại trừ Linda và Tony. Đứng ở parking, nhìn tòa nhà mà mình đã ra vào trong suốt 10 năm trời mà hai mắt cay sè, lòng buồn khôn tả. Nơi đây anh đã sống, đã vui buồn cùng mọi người như một gia đình.

Nay những người thân như John, Michael, Randy Thom, Randy August, Robert Amstrong, Andy, Mary,.... bây giờ ở đâu, tôi nhớ các bạn, tôi thương yêu mọi người vô cùng.

Em ơi,

Anh chấm dứt ở đây. Có em anh mới có hứng viết để cho em đọc. Em bổ túc cho anh những thiếu sót câu văn và chính tả. Dòng suy tưởng chạy nhanh nên khi viết chưa hết ý. Em cứ tự nhiên thêm vào những chỗ thiếu.

Em yêu mến,

Trên đời này, gặp được người hiểu mình, thương yêu mình là một hạnh phúc mà trời cho. Vì vậy anh rất trân trọng quý mến tình cảm của Em dành cho anh.

Cảm ơn Em vô cùng.

Phạm Trọng Sách
Tháng 12-2020

GA CUỐI CUỘC ĐỜI

Còi tàu đã thét lên,
và từ từ dừng lại,
Tôi đang đứng ở con tàu,
và muốn xuống ga này.
Không phải "ga cuối đường tàu"[1]
Đường tàu còn những nhà ga nữa
nhưng tôi muốn xuống ga này.

෪

Tôi muốn dời chuyến tàu,
dù rằng các bạn tôi,
còn có người đi tiếp,
tới những nhà ga,
tới những miền xa lạ.
Tôi muốn chia tay các bạn tôi,
với lời chúc an bình,
với ước mong may mắn

---

(1). Tên một cuốn sách của Huy Phương

cho hành trình bạn tôi
êm xuôi như nước chảy
qua cánh đồng đầy hoa.

ఌ

Tôi muốn xuống ga này,
ga cuối cuộc đời tôi.
Xin gởi lời cám ơn
đến những người thân yêu,
đến những con, những cháu,
đến những bạn đồng môn,
đến những người chiến hữu
đã từng nắm tay nhau
đã từng khóc đồng đội,
nằm chết trong rừng sâu.

ఌ

Xin cám ơn tất cả,
đã một lòng yêu thương
đã một lòng tận tụy
trong kiếp sống vô thường.

ఌ

Còn em, còn em yêu
Cho anh xin lỗi em,
đã đến giờ chia tay,
đã đến giờ ly biệt.
Cuộc đời bao oan nghiệt

Cuộc đời bao chua cay
Cuộc đời bao mật đắng,
Anh mang nó theo anh
để những năm tháng cuối,
Em sống trong an lành.

☙

Tôi muốn xuống ga này
Ga cuối cuộc đời tôi
Nhìn lại ga đã qua
nhìn lại những năm tháng
bao mệt mỏi, lầm than
bao gian nan tù đầy
Công danh và tiền bạc
như gió thoảng mây bay.

☙

Tôi mỉm cười viên mãn
với hai bàn tay không,
đi cùng mây cùng gió
đến một miền hư không.

Phạm Trọng Sách
Portland ngày 18-9-2021

CUỐI ĐƯỜNG	11
NGỤC TÙ	55
TA VỀ	105
MƯỜI NĂM	136
GA CUỐI CUỘC ĐỜI	194

Nhân Ảnh
2024

Liên lạc tác giả:

Liên lạc Nhà xuất bản
han.le3359@gmail. com
(408) 722-5626

www.ingramcontent.com/pod-product-compliance
Lightning Source LLC
LaVergne TN
LVHW041709070526
838199LV00045B/1270